રહસ્યની પેલે પાર...

વર્ષા અડાલજા

આર. આર. શેઠ ઍન્ડ કંપની પ્રા. લિ.

પુસ્તક પ્રકાશક અને વિક્રેતા

116, પ્રિન્સેસ સ્ટ્રીટ
અર્થબાગ
મુંબઈ 400 002
ટેલિ. (022) 22013441

'દ્વારકેશ'
રૉયલ એપાર્ટમેન્ટ પાસે, ખાનપુર
અમદાવાદ 380 001
ટેલિ. (079) 25506573

Email : sales@rrsheth.com

AVAJNO AAKAR
Novel
Written by Varsha Adalja
Published by **R. R. Sheth & Co. Pvt. Ltd.**
Mumbai ☐ Ahmedabad

© વર્ષા અડાલજા, 2017

આવૃત્તિ

પ્રથમ આવૃત્તિ	:	નવેમ્બર, ૧૯૭૫
પુનર્મુદ્રણ	:	ઑગસ્ટ, ૧૯૮૧
પુનર્મુદ્રણ	:	જુલાઈ, ૧૯૯૬
પુનર્મુદ્રણ	:	જાન્યુઆરી, ૨૦૧૭

₹ 110-00

પ્રકાશક
આર. આર. શેઠ ઍન્ડ કંપની પ્રા. લિ.
મુંબઈ 400 002 ☐ અમદાવાદ 380 001

Cataloging-in-Publication (CIP)

Adalja, Varsha
Avajno Aakar / Varsha Adalja
Ahmedabad : R. R. Sheth & Co. Pvt. Ltd., 2017
120 p., 22 cm.
ISBN : 978-93-5122-596-6
(1) Novel I. Varsha Adalja II. Title

મુદ્રણ વૈદેહી ઑફસેટ, અમદાવાદ ખાતે થયું.

બીજી આવૃત્તિ વેળાએ

આપણા સાહિત્યમાં રહસ્યકથાના પ્રકાર સામે ઘણાં લોકોને સૂગ વરતાય છે. રહસ્યકથાનો અર્થ ભેદી સંદુક કે સળગતી ખોપરી જ માત્ર નથી. માનવમન ખુદ રહસ્યમય છે, અને આજના સંકુલ બનતા જતા જીવનની ભીંસમાં વીખરાઈ જતા માનવસંબંધોના તાણાવાણા મેળવવા, ઉકેલવા એ ય રહસ્યકથા જેવું જ નથી શું!

મને રહસ્યકથાઓ લખવી ગમે છે. દરેક કથામાં જુદા જુદા દૃષ્ટિકોણથી રહસ્ય વાર્તાના પોતમાં વણાય છે અને એનો ઉઘાડ થાય છે. વાંચકોને પણ આ પુસ્તકો ખૂબ ગમ્યાં છે. એથી વિશેષ આનંદસર્જકને બીજો શો હોય?

– વર્ષા અડાલજા

ફરીથી–

આ નવલકથા પહેલી વખત પ્રગટ થઈ ત્યારે ગુજરાતી સાહિત્ય પરિષદનું પારિતોષિક મળેલું. સર્જનનાં શરૂઆતનાં વર્ષોમાં એ વાતથી ખૂબ આનંદ થયો હતો. આજે આટલા સમય પછી પણ નવલકથા ફરીથી પ્રગટ થતી રહે છે તેથી વાચકોને ગમી હશે એમ માનીને વધુ આનંદ થયો.

– વર્ષા અડાલજા

એ/૨, ગુલબહાર
મેટ્રો થિયેટર પાછળ
બૅરેક રોડ
મુંબઈ ૪૦૦ ૦૨૦
દક્ષિણાયન – ૨૦૧૬
Email – varshaadalja@gmail.com

લેખિકાનાં પુસ્તકો

નવલકથા

* ક્રોસરોડ
* શગ રે સંકોરું
* એની સુગંધ
* પગલાં
* અવાજનો આકાર
* આનંદધારા
* ત્રીજો કિનારો
* શ્રાવણ તારાં સરવડાં
* લાક્ષાગૃહ
* માટીનું ઘર
* બંદીવાન
* ખરી પડેલો ટહુકો
* નીલિમા મૃત્યુ પામી છે
* છેવટનું છેવટ
* તિમિરના પડછાયા
* મારે પણ એક ઘર હોય
* પરથમ પગલું માંડિયું
* અણસાર
* પાછાં ફરતાં
* આતશ
* રેતપંખી
* પાંચને એક પાંચ
* ગાંઠ છૂટ્યાની વેળા

નવલિકાસંગ્રહો

* હરિકથા અનંતા
* અનુરાધા
* એ
* તને સાચવે પારવતી
* વર્ષા અડાલજા : સદાબહાર વાર્તાઓ
* તું છે ને!
* ગાંઠે બાંધ્યું આકાશ
* બીલીપત્રનું ચોથું પાન
* વર્ષા અડાલજાની શ્રેષ્ઠ વાર્તાઓ
* કોઈ વાર થાય કે...
* એંધાણી
* સાંજને ઉંબર

દ્વિઅંકી નાટક

* આ છે કારાગાર

એકાંકીસંગ્રહો

* વાસંતી કોયલ
* મંદોદરી
* શહીદ

નિબંધસંગ્રહો

* પૃથ્વીતીર્થ
* ન જાને સંસાર

પ્રવાસ

* શુક્રન ઇજિપ્ત
* નભ ઝૂક્યું
* શરણાગત
* શિવોહમ્
* ઘૂઘવે છે જળ

પ્રકીર્ણ

* મિત્રો મરજાની (અનુ. મૂ.લે. કૃષ્ણા સોબતી)
* ઘરે બાહિરે – પરિચય પુસ્તિકા

સંપાદન

* અમર પ્રેમકથાઓ
* દરિયાનો લાલ – ગુણવંતરાય આચાર્ય
* ગુણવંતરાય આચાર્ય અધ્યયનગ્રંથ-૧, ૨ (નરોત્તમ પલાણ, નિતીન વડગામા સાથે)

અંગ્રેજી અનુવાદ

* The crumbled Note of a Warbler (ખરી પડેલો ટહુકો)
* A House of My Own (મારે પણ એક ઘર હોય)

મરાઠી અનુવાદ

* અણસાર
* રેતીચા પક્ષી

રાજસ્થાની અનુવાદ

* અણસાર

હવે પછી —

નવલકથા

* ગાંધારી

પાછળ ફરીને જોઉં છું ત્યારે...

શાળાના દિવસોથી રહસ્યકથાની સામ્રાજ્ઞી આગાથા ક્રીસ્ટી અમારા આચાર્ય કુટુંબની ખાસ માનવંતી મહેમાન.

પપ્પા ગુણવંતરાય આચાર્ય લેખક, તંત્રી અને સ્વાતંત્ર્યસેનાની તરીકે ગુજરાતમાં ફરતા રહ્યા. મમ્મીએ ઘણીવાર ઘર માંડ્યું અને સંકેલો કર્યો છે. જુદી જુદી શાળાઓ અને અંગ્રેજીનો એમાં પગપેસારો જ નહીં. મારો ભાઈ શિશીર અને બહેન ઈલા ભણવામાં અત્યંત તેજસ્વી. પપ્પા ઇન્ટર સુધી ભણેલા પણ પપ્પા અને ભાઈ ગણિતના અઘરા દાખલાઓ, કોયડાઓ માત્ર મોઢેથી જુગલબંધીની જેમ ફટાફટ ઉકેલતા એ દૃશ્ય અમ બહેનોને ભારે નવાઈ પમાડતું. મારું ભણવાનું લોલેલોલ.

સ્વાતંત્ર્ય આવ્યું, રખડપટ્ટી પૂરી થઈ અને અભ્યાસમાં આગળ વધતાં અંગ્રેજી અને ગણિત મોં ફાડી ઊભા રહ્યા. હજી પણ જીવનમાં કે વ્યવસાયમાં કદી ગણતરીઓ કરતાં અને સરવાળા-બાદબાકી માંડતા ન આવડ્યું.

રહસ્ય ઉકેલતા રસમાં ઓતપ્રોત થઈ જવાય, તેથી આડકતરી રીતે રહસ્યકથાઓ દ્વારા પપ્પાએ અંગ્રેજીનો પરિચય કરાવ્યો. અમે બધાં જ ભાઈબહેનો આગાથા ક્રીસ્ટી, પેરીમેસન અને શેરલોક હોમ્સના ચાહક. પી.જી. વુડહાઉસ તો અમારા ફૅમિલી ઓથર.

વાતની વાત એ છે કે મેં જ્યારે હાથમાં કલમ પકડી ત્યારે પપ્પાએ વિદાય લીધેલી. તેથી સ્મૃતિતર્પણ તરીકે પહેલી નવલકથા રહસ્યકથા લખી "પાંચને એક પાંચ." પછીથી બીજી કથાઓ લખતાં લખતાં વચ્ચે ક્યારેક દીકરી માધવીની ફરમાઈશથી તો ક્યારેક બીજી નવલકથાઓના હેંગઓવરમાંથી મુક્ત થવા રહસ્યકથાઓ લખી છે અને હળવી થઈ છું. દર્શક ઘણીવાર ઘરે આવતાં ત્યારે હેતથી ઠપકો આપતાં, રહસ્યકથા બીજાને લખવા દે, તું 'ગાંઠ છૂટ્યાની વેળા', 'બંદીવાન' લખતી રહેજે.

આમ પણ રહસ્યકથા શુદ્ધ સાહિત્ય સ્વરૂપોની પંગતની બહાર બેસાડી છે. જો કે તેનો બહોળો વાચકવર્ગ છે. વિશ્વસાહિત્યમાં તો તેનાં ઘણાં માનપાન ક્રાઇમ રાઈટર્સ એસોસિયેશન્સ અને ફૅન્સ ક્લબ છે.

'પાંચને એક પાંચ'માં કોર્ટરૂમ, ડ્રામા તો 'છેવટનું છેવટ' થ્રીલર છે. 'મૃત્યુદંડ'માં એક જ રહસ્યના તાંતણે સબપ્લૉટ્સ ગૂંથતા જઈ કથા લખી છે. બધી રહસ્યકથાઓ જુદા જુદા ઍંગલથી લખવી ગમે. 'અવાજનો આકાર'માં એક અંધ યુવાન માત્ર પગલાંના ધ્વનિ પરથી રહસ્યનો ઉઘાડ કરે છે. જીગઝો પઝલનાં ટુકડાઓ ગોઠવતો રહે છે. વર્ણનો કરતાં મોટે ભાગે સંવાદોમાં વાર્તા લખાઈ છે.

લેખનના આરંભકાળમાં (1975) આ નવલકથા લખી હતી અને 1976માં ગુજરાત સાહિત્ય અકાદમીનું પારિતોષિક મળેલું. એથી ખૂબ રાજીપો થયો હતો અને ઉત્સાહનું તો પૂછવું જ શું! મનમોજ માટે લખેલી આ કથાઓની આવત્તિઓ થતી રહે છે. એક વખત બારડોલીનાં પરિષદના જ્ઞાનસત્રમાં નારાયણ દેસાઈએ મને કહ્યું હતું, મારા કુટુંબનાં બાળકોને તમારી રહસ્યકથાઓ ખૂબ ગમે છે, કોઈવાર હુંય થોડાં પાનાં ફેરવી લઉં એટલો આનંદ થયો!

સમય બદલાયો છે. ડિજિટલ ક્રાંતિ, જાતજાતનાં ઉપકરણો, ઇન્વેસ્ટિગેશનની રીતરસમો, ફોરેન્સિક સાયન્સમાં નવી નવી શોધખોળો – બધામાં ધરમૂળથી બદલાવ આવ્યો છે. તોય માનવમનનાં અતલ ઊંડાણને માપવું દુષ્કર છે. બદલાતા સમયમાં પણ આ કથાઓની આવૃત્તિઓ થાય છે એ માટે વાચકોનો આભાર.

એ/ર, ગુલબહાર – વર્ષા અડાલજા
મેટ્રો થિયેટર પાછળ
બૅરેક રોડ
મુંબઈ ૪૦૦ ૦૨૦
દક્ષિણાયન – ૨૦૧૬
Email – varshaadalja@gmail.com

૧

'આજના સમાચાર શું છે, મમ્મી?'

ક્ષિતિજે ખુરશી ખસેડી, ડાઇનિંગ ટેબલ પાસેથી ઊભો થયો.

સુધાબહેને ઘડી કરીને બાજુ પર મૂકેલું છાપું લીધું પણ એની આંખો પુત્ર પર જ મંડાઈ રહી. ક્ષિતિજ હાથથી ફંફોસી કશેય ભટકાયા વિના, ધીમે પગલે આવીને સોફામાં બેઠો અને કાચની લખોટી જેવી નિર્જીવ આંખો સુધાબહેનની દિશામાં તાકી.

અંધપુત્ર! વીસ વર્ષનો યુવાન, અત્યંત દેખાવડો દીકરો છેક જ આંધળો? આખી વાત જ સુધાબહેનનાં હૃદયમાં વકરી ગયેલા જખમની પેઠે સતત પીડા કરતી. કેટલો વહાલો હતો ક્ષિતિજ! કંજૂસ પોતાના ઝવેરાતનું જીવથી જતન કરે એમ એનું રક્ષણ કરતાં હતાં.

'શું વિચારે છે મમ્મી? પ્લીઝ! મારી દયા નહીં ખાતી.'

સુધાબહેન ચોંકી ગયાં. ક્ષિતિજના મગજને પણ જાણે દૃષ્ટિ હતી. એ બીજાના વિચારોના ઘન આકારોને જોઈ શકતો.

'મારી આ ચા પૂરી કરીને આવું છું.' સુધાબહેન છાપું હાથમાં લઈને ઊભાં થયાં.

'ના મમ્મી. જૂઠું બોલીને મને બનાવવાની કોશિશ ન કર. ચા તો તેં ક્યારની પી લીધી છે. ચા પૂરી કરી તેં પ્યાલો ખસેડ્યો હતો બરાબર? આ તો હું ત્યાંથી ઊભો થઈ અહીં આવ્યો એટલે તું મને જોઈને વિચારે ચડી ગઈ, અને શું કામ તેય હું સમજી શકું છું.'

એક હલકો નિશ્વાસ મૂકી એણે સોફામાં માથું ટેકવ્યું. 'આજે મારો જન્મદિવસ છે એટલે તને બધું યાદ આવી ગયું ખરું? જો હવે રડ નહીં મમ્મી પ્લીઝ. મારે ખાતર, તારા વહાલા ક્ષિતિજને ખાતર.'

પોતાના પુત્રની અદ્ભુત શક્તિનો પરચો તો સુધાબહેનને ઘણીવાર થતો. એનાથી મન પ્રસન્ન પણ થતું, ગર્વ થઈ જતો, ક્ષિતિજના મુલાયમ વાળમાં હાથ ફેરવી તેને કપાળે ચુંબન કરી લેતા. પણ ક્યારેક એ જ વાતથી હૃદયને ઊંડો ધક્કો પહોંચતો. એમના આંસુ કે દુ:ખની એક રેખા માત્ર પણ ક્ષિતિજથી છુપાવી શકાતી નહીં.

કશું બોલ્યા વિના સુધાબહેને આંસુ લૂછ્યા.

'એકની એક વાતોને મમળાવીને શું ફાયદો છે, મમ્મી? અત્યારનો જ

વિચાર કરવો જોઈએ ખરું!'

રડતાં સુધાબહેન સાવધ થઈ ગયાં. ક્ષિતિજ હવે શું કહેશે તે એ જાણતાં હતાં. તરત ઢીલાં પડી ગયેલા મનને કાબૂમાં લીધું.

'એ વાત ઘણી વાર થઈ ગઈ છે, ક્ષિતિજ. આજે સવારે જ તારા જન્મદિને જ એ વાત ન કાઢીશ પ્લીઝ.'

'ભલે ઘણી વાર એ વાત થઈ ગઈ હોય છતાં નથી હું સમજી શક્યો કે નથી તું મને સમજાવી શકી. મને શા માટે ઘરમાં પૂરી રાખે છે મમ્મી? અંધકારની કાળી કોટડીમાં તો કેદ છું જ! ઇચ્છવા છતાંય હું એ લોખંડી દીવાલો નથી તોડી શકવાનો પણ મને અહીંથી તો બહાર જવા દે. ખુલ્લું આકાશ, ઠંડો પવન મને ભેટી પડશે. સૂર્યનો સોનેરી ગોળો, નીલરંગી અનંત દરિયો, લીલાછમ વૃક્ષોમાં ચમકતાં ફૂલો, બધું મને મનની આંખોથી જોવા દે મમ્મી. હું ઘરમાં ગૂંગળાઈ જાઉં છું.'

'કેમ આવું કહે છે ક્ષિતિજ? તને હું બહાર નથી લઈ જતી? તને મૂકીને ક્યારેય ક્યાંય ગઈ હોઉં તો મને કહે.' સુધાબહેનનું મન દુભાઈ ગયું.

ક્ષિતિજે એ પારખ્યું. તરત જ એણે કહ્યું, 'ના મમ્મી, તારી લાગણી હું સમજી શકું છું. ગાંધારીએ આંખે પાટા બાંધ્યા હતા તે તો પતિ માટે, તેં પુત્ર માટે જીવનને રૂંધી નાખ્યું પણ મારે તો બ્લાઇન્ડ સ્કૂલમાં ભણવું છે. જ્ઞાનની દુનિયા વિશાળ છે. મમ્મી, ત્યાં ઠોકરો નહીં ખાવી પડે. હું મુક્ત મને ફરી શકીશ. ત્યાં મને કેટલા મિત્રો મળશે!'

સુધાબહેનનો અવાજ તરડાઈ ગયો. 'હું દરેક જાતનાં પુસ્તકો ઘરે લાવું છું. તને બધું જ વાંચી સંભળાવું છું પછી ઊણપ ક્યાં આવી? મારી આંખો, હાથપગ, મારું જીવન જ મેં તારા જીવન સાથે જોડી દીધું અને તું આમ મને છોડીને જવાની વાત કરે છે ક્ષિતિજ!'

એક દબાયેલું ધ્રુસકું સ્વરની સપાટી ઉપર ઊપસી આવ્યું.

'અને તું નહીં હોય ત્યારે?' ક્ષિતિજે શાંતિથી કહ્યું.

ગાલે થપ્પડ મારી હોય એમ સુધાબહેન સ્તબ્ધ થઈ ગયાં. ધ્રુસકું દબાઈ ગયું.

'હું અંધ તો છું મમ્મી, પણ તારો પ્રેમ મને અપંગ અને પાંગળો બનાવી મૂકે છે. મારો જીવનપંથ હજી ઘણો લાંબો છે. બીજાને ટેકેટેકે હું ક્યાં સુધી ચાલી શકું? હું એકલો પડીશ ત્યારે મારી શું સ્થિતિ થશે એની કલ્પના તું કરી શકે છે? પંખીની પાંખો કાપી તેને ઊડવાનું કહેવું તે નરી મૂર્ખાઈ નથી મમ્મી?'

'એટલે તું કહેવા શું માગે છે? મારા સ્નેહને તું મૂર્ખાઈ કહે છે? તારા

ભલા ને હિતને પાછળ જ મેં મારું મન રોક્યું અને તું...' એક ધીમા રોષનો અગ્નિ પ્રગટતો હતો.

'માફ કરજો મમ્મી. પણ અગર જો હું બહારના જગતમાં ગયો તો તું મને ખોઈ બેસીશ એવો એક છૂપો ભય તારા મનમાં ઊંડેઊંડે છે ખરું?' ક્ષિતિજનો અવાજ સ્વસ્થ અને સમથળ હતો.

શિકારી અત્યંત સચોટથી ધાર્યા નિશાન પર તીર ફેંકે તેમ સુધાબહેનને એ શબ્દો વાગ્યાં. ઘવાયા હોય એમ હૃદય છટપટી ઊઠ્યું. મનને ખુલ્લી કિતાબની જેમ વાંચી લેવાની પુત્રની તીવ્ર શક્તિ આજે સૌથી વધુ ખૂંચી.

'ક્ષિતિજ, તું મારા પ્રેમનું અપમાન કરે છે.'

'તને દુ:ખ લાગ્યું હોય તો સૉરી! મમ્મી, હું તો એક જ પ્રશ્ન પૂછવા માગું છું. બીજાને આધારે હું હંમેશાં તર્યા કરીશ તો અમે બન્ને ડૂબી નહીં જઈએ?'

સુધાબહેન હસ્યાં. 'શું ક્ષિતિજ તું પણ? તને ક્યાં ખબર નથી કે હું નહીં હોઉં તો સુમીફોઈની સઘળી મિલકત તને જ મળવાની છે ને? પછી તને શી ચિંતા!'

ક્ષિતિજે ડોકું ધુણાવ્યું.

'તારી અને મારી વચ્ચે આ જ ફેર છે, મમ્મી. તું હંમેશાં જિંદગીની કોઈ પણ ગૂંચ ઉકેલવામાં પૈસાની જ જાદુઈ જડીબુટ્ટી જોઈએ એમ માને છે. મને જે જોઈએ તે મળી રહેશે, ચીજવસ્તુ, નોકરચાકર.. કશાય ખૂણાખાંચરા વિનાની સીધી સપાટ જિંદગી અને એ વિચારે હું વધુ પાંગળો બનતો જાઉં છું.'

એક ઊંડો શ્વાસ ભરી ક્ષિતિજ ટટાર બેઠો, થોડું હસ્યો.

'પણ જવા દે મમ્મી. એ વાત તો વળી ગમે ત્યારે કરી શકાશે. એને માટે સવાર શું કામ બગાડવી? આજે છાપામાં શું છે?'

ક્ષિતિજ ફરી મૂડમાં આવતો હતો. સુધાબહેન ખુશ થયાં. પલાંઠી વાળી સોફામાં બરાબર ગોઠવાયાં. છાપું ખોલ્યું.

'બાપરે! ફરી ઍક્સિડન્ટ!'

'શું થયું?'

'ગઈકાલે રાત્રે 11-30 વાગ્યાના સુમારે મરીન લાઇન્સ સ્ટેશન નજીક પાટા પરથી ગાડી ઊતરી પડી. બે ડબ્બા ઊથલી પડ્યા પણ સદ્ભાગ્યે કોઈને ઈજા નથી થઈ. રાતનો સમય હોવાથી મુસાફરો ખાસ હતા નહીં.'

ક્ષિતિજ સ્થિર બેસીને એક કાનથી સાંભળતો હતો. એનાં અંધારપટ પર સુરેખ આકૃતિ ઊપસતી હતી. દોડી જતી ટ્રેન... ઊંઘતા ઝોકાં ખાતાં લોકો...

પોતે કેટલો બધો નાનો હતો! ખાસ નંદુબાબુ લોકલમાં ફરવા લઈ જતા.

મમ્મી બહુ વારતા તોય પપ્પા હઠ કરતાં, 'પણ એને ગાડી કેટલી ગમે છે! હું તો લઈ જ જઈશ. ક્ષિતિજ કમ ઓન.'

ક્ષિતિજ ઊછળી પડતો. ઉપરથી બબ્બે પગથિયાં કૂદતો પોતે નીચે ઊતરી પપ્પાને વળગી પડતો. ફોઈએ ઇસ્ત્રી કરી આપેલા ઇસ્ત્રીબંધ કપડાં, બૂટમોજાં, કોરા ભૂરા વાળ ઓહ પોતે કેટલો દેખાવડો હતો! અરીસામાં વારંવાર ચહેરો જોતાં, ઘડી ઘડી વાળ ઓળી, કપાળ પર લટ ગોઠવતાં ગૌરવર્ણના બાળકની છબી ક્ષિતિજના મન પર ફિલ્મની જેમ દેખાવા લાગી.

એ દોડીને પપ્પા પાછળ છુપાઈ જતો તોય ન બચી શકતો. સુધાબહેનની બૂમ પઠાણની અદાથી પાછળ પડતી :

'ચલ અહીં આવ.'

વધસ્તંભે જતાં બકરાની જેમ પપ્પા સામે દયામણી નજરે એ તાકી રહેતો. નંદુબાબુ તો હંમેશની જેમ હસ્યા જ કરતાં. સુધાબહેન ઢસડીને એને ડ્રેસિંગ ટેબલ પાસે લાવતા.

ક્ષિતિજ તેત્રીસ કરોડ દેવતાનાં નામ યાદ કરી ઝટપટ બોલવા લાગતો. પણ કોઈ દેવતાને મદદ આવવાની ફુરસદ ન મળતાં તે ચિડાતો – મોટેથી રડતો.

ત્યાં જ રડવાનો અવાજ લોહચુંબકની જેમ સુમીફોઈને ખેંચી લાવતો.

'ભાભી! છોડો છોકરાને.'

ક્ષિતિજમાં રડવાનું નવું બળ આવી જતું. ફોઈ તો સદાની તારણહાર, હાજરાહજૂર. એને બોલાવવા પ્રાર્થના, ધૂપ, અગરબત્તી કશાની જરૂર ન પડતી. મોટે રાગે તાણેલો એક ભેંકડો જ પૂરો થઈ પડતો. બસ પછી મમ્મી અને ફોઈ વચ્ચે જરા જામી જતી. એનો લાભ લઈ એ અંતર્ધ્યાન થઈ જતો.

સૌથી વધુ બીક બહાર જતી વખતે જ લાગતી. એ જેવો તૈયાર થતો કે સુધાબહેન બારણાં પાસે ચોકી કરતાં જ હોય. ઝપટ મારી ક્ષિતિજને પકડી લેતાં અને પરાણે આંખોમાં આંજણ ખોસી દેતા.

હદ થઈ જતી. પોતે પગ પછાડતો, ચિડાતો.

'મમ્મી! સ્કૂલમાં બધાં મને છોકરી કહે છે.'

સુમીફોઈ તરત વહાર લઈ આવી પહોંચતાં, 'ભાભી, તમે તો ક્ષિતિજને બાયલો બનાવી મૂકશો.'

'તમને શું ખબર પડે! આવો ફૂટડો છોકરો નજરાઈ જશે કો'ક દહાડો.'

'કશુંય થતું નથી. આ આખાય ગામનાં છોકરાં મઝાનાં ફરે, રૂપાળા હોય તે કંઈ ટીલાં-ટપકાં કરી બાંધી બીડીને રખાય છે! એના બાળપણના દિવસો પાછા આવવાના છે!'

'એમાં તમને ખબર ન પડે.' સુધાબહેન કહેતાં.

અચાનક સુમીફોઈ ચૂપ થઈ જતાં નંદુબાબુ ખોંખારો ખાઈ બીજી વાતો કરતા.

ક્ષિતિજને અચરજ થતું, આમ કેમ બધાં બદલાઈ ગયાં!

પણ આપોઆપ જ ધીમે ધીમે એને સમજાતું ગયું. સુમીફોઈને સંતાન નહોતું. એનો એ ગર્ભિત ઇશારો હતો. સુમીફોઈનાં પરણ્યાને બીજે જ વરસે પતિ મૃત્યુ પામ્યા હતા. સાસરિયામાં ફાવ્યું નહિ. નંદુબાબુ બહેનને પોતાની જોડે રહેવા સાસરેથી લઈ આવ્યાં. પતિનો વીમો, પ્રોવીડન્ટ ફંડ અને બીજું બધું મળીને ખાસ્સી એવી મિલકત પણ એમની ગાંઠે બાંધેલી હતી.

'–અને ટ્રેનનાં આવાં અણધાર્યા અકસ્માત માટે ઉચ્ચ કક્ષાની તપાસ સમિતિ નીમવામાં આવી છે. છેલ્લા ત્રણ મહિનામાં આ બીજો અકસ્માત છે. રેલવે સત્તાવાળાઓ ક્યારે જાગશે!'

સુધાબહેને પાનું ઉથલાવ્યું.

'બસ, પહેલા પાને તો ખાસ કંઈ નથી. અરે ક્ષિતિજ, ચિત્તરંજન દાસગુપ્તાની નવી નવલકથાનો ગુજરાતીમાં અનુવાદ પ્રગટ થયો છે. તને એની નવલકથા બહુ ગમે છે નહીં? આજે જ હું મંગાવી આપીશ.'

'શું લાવવાની વાત કરો છો ક્ષિતિજ માટે?' સુમીફોઈ હાથ લૂછતાં રસોડામાંથી બહાર આવ્યાં અને ક્ષિતિજની બાજુમાં સોફાની કિનાર પર બેઠાં.

'ક્ષિતિજ, આજે આમ્લેટ બરાબર થઈ હતી ને! ભાવી?'

'એક્સેલન્ટ! ફોઈ.' ક્ષિતિજે ફોઈનો હાથ પકડીને ચૂમ્યો. 'તારા હાથમાં જાદુ છે.'

સુધા છાપામાંથી બન્ને પર તાક માંડી રહી. ફોઈનો સ્પર્શ થતાં જ જાણે પેલી નિર્જીવ લખોટી જેવી આંખોમાં એક ઝબકારો થઈ જતો. સુમીફોઈનો હાથ ક્ષિતિજના વાળમાં ફરતો, એનાં હોઠ કપાળે ચૂમી ભરતા અને પછી એવું શું બની જતું કે, એ સ્પર્શનાં સંવેદનમાંથી ઝમતો રસ હવાનાં કણેકણમાં વિખરાતો, અને બન્ને કશું બોલ્યાં વિના એકબીજાને ચૂપચાપ તાકી રહેતાં.

સુધાબહેનના હૃદયમાં આ દૃશ્ય સદાય શૂળ જગાડતું. જાણે ક્ષિતિજ મા તરફના સ્નેહમાંથી ભાગ પાડી એક મોટો ટુકડો સુમીફોઈને આપતો. પોતાને માટે એટલો સ્નેહ ઘટી જતો.

'રસોડાનું કામ પતી ગયું?'

સુધાબહેનના કર્કશ સ્વરે સુમીફોઈ ભાનમાં આવ્યાં.

ધીમું હસીને ક્ષિતિજે હાથ છોડી દીધો. 'જા ફોઈ, તારે કામ બાકી હશે.'

સુમીફોઈ સોફાની કિનારેથી ઊઠી, ક્ષિતિજથી બાજુમાં આવીને બેઠાં.

'ના રે કશું કામ નથી ભાભી. ક્ષિતિજનાં જન્મદિવસે પણ એની સાથે વાત કરવાની ફુરસદ ન હોય એમ તે કાંઈ હોય! બોલ ક્ષિતિજ, તારા માટે શું પ્રેઝન્ટ લાવી છું?'

'કોઈ પુસ્તક.'

'ના રે, એ તો અમથીયે લાવું છું ને!'

'પેન્ટનું પીસ?'

'એ તો ગમે તે દિવસે લાવી શકાય. ચાલ ચાલ, વિચાર કર!'

'હવે જે હોય તે આપી દો ને. પરફ્યૂમ હશે તો.' સુધાબહેને કંટાળાથી કહ્યું.

'તે તો ભાભી તમે લાવ્યા જ છો. તે મને ખબર છે પણ આ તો સાવ નવું જ! તમને કોઈને કલ્પનામાં ન હોય એવું.' સુમીફોઈ આનંદના મૂડમાં આવી ગયાં હતાં પણ સુધાબહેનની મજા જાણે ઊડી ગઈ.

'હું પરફ્યૂમ લાવી છું તેની તમને ક્યાંથી ખબર?'

'મેં કંઈ જાસૂસી નથી કરી ભાભી. કાલે જ ખૂણા પરના સ્ટોરમાં ગઈ હતી. ક્ષિતિજ માટે યુ.ડી. કોલોન લેવા. તો એણે જ કહી દીધું કે તમે ક્ષિતિજના બર્થ-ડે પ્રેઝન્ટમાં રેવલોનનું પરફ્યૂમ લઈ ગયા છો. નહીં તો હું ક્યાંથી જાણું?'

'પણ અગાઉથી કહી દેવાની શી જરૂર? બધી બાજી બગાડી નાંખી.' સુધાબહેન બહુ સ્પષ્ટ રીતે નારાજ થઈ ગયાં હતાં.

'સૉરી ભાભી, મને ખ્યાલ ન રહ્યો.' સુમીફોઈ ઝંખવાઈ ગયાં.

'હવે તમે જે લાવ્યા છો તે કહી દો એટલે વાત પૂરી થાય.' છાપું મૂકી દેતાં સુધાબહેન ઊભાં થઈ ગયાં.

'હમણાં આવી.' સુમીફોઈ ઉપર પોતાના બેડરૂમમાં ગયાં.

થોડી વારે નીચે આવી ક્ષિતિજના હાથમાં બૉક્સ મૂક્યું. ક્ષિતિજ બાળકની જેમ ખુશ થઈ ગયો. આંગળીઓથી ફંફોસી તેણે જલ્દીથી કાગળ ફાડી બૉક્સ ખોલ્યું. એની આંગળીઓ બૉક્સની અંદર ફરવા લાગી. એનો સ્વર એકદમ ઉશ્કેરાઈ ગયો.

'ઓ ફોઈ! યુ આર ગ્રેટ.'

'અરર આ શું? આવડા મોટા છોકરા માટે મિકેનો સેટ લઈ આવ્યાં? નાના બાળક માટે હોય, તેમાં એને શું રસ પડે? અને આવાં ઝીણાં ઝીણાં સ્ક્રૂ અને બધું એને...'

એકદમ સુધાબહેન અટકીને શબ્દો ગળી ગયાં. તરત ઊભાં થઈ બોલ્યાં, 'આ બધું નકામું છે.'

'મને નહીં દેખાય તેથી કહે છે મમ્મી?'

સુધાબહેન હોઠ કરડીને ચૂપ થઈ ગયાં. આજે ક્ષિતિજના જન્મદિવસે સવારમાં જ આવી બધી વાતો કેમ નીકળતી હતી?

'તો શું થયું મમ્મી? કેટલી મજા આવશે? જાતજાતના લોખંડના નાના નાના પાર્ટ્સ ગોઠવી ફીટ કરી અવનવા આકારો કરવાના. કશુંક પણ બનાવવાનું – સર્જન કરવાનું. થૅંક્યુ ફોઈ!'

'મને ખાતરી હતી તને તો ગમશે જ.' સુમીફોઈ સામેથી બોલ્યાં.

સુધાનું મન ખારું થઈ ગયું. પોતાનામાં શી ઊણપ હતી? સુમીફોઈ અને ક્ષિતિજને શબ્દોના સેતુ વડે મળવાની જરૂર નહોતી. માત્ર સ્પર્શથી, સહવાસથી જ એ કામ સરી જતું. આ મિકેનો સેટ જ જુઓ. પૂરો દસ રૂપિયાનો પણ નહીં હોય. અને પોતે રેવલોનનાં પૂરા પંચોતેર રૂપિયા ચૂકવ્યા હતા. ઈર્ષ્યાની એક ઝીણી ફાંસ આળા મનમાં ખૂંચી ગઈ.

ક્ષિતિજે ગેઇમનું બૉક્સ બાજુમાં મૂકી દીધું અને મોટેથી બોલ્યો :

'અરે મમ્મી, તારું પરફ્યૂમ? જલ્દી આપને?'

સુધાબહેન હસીને ઊઠ્યાં. ઓસરતા ઉમળકાને દબાવી દીધો.

'હું આપું છું ને? ઉતાવળ આવી ગઈ?' ડ્રોઈંગરૂમમાં જ શોકેસનાં નીચેના ખાનામાં સંતાડીને મૂકેલી બૉટલ લાવી ક્ષિતિજના લંબાયેલા હાથમાં મૂકી.

ક્ષિતિજે જાળવીને પૅકિંગ ખોલ્યું. 'ઓહ મમ્મી બૉટલનો આકાર ખૂબ સરસ છે.' એણે કપડાં પર થોડું છાંટ્યું. 'અને સુગંધ પણ! થૅંક્યુ મમ્મી! બહુ બહુ થૅંક્યુ. લવ યુ મોમ.'

પણ સુધાબહેન માટે તો આ પ્રસંગનો આનંદ જ ઊડી ગયો હતો. એમણે જવા માંડ્યું.

'ચાલો તમે ફઈ-ભત્રીજો ગપ્પાં મારો, હું જમવાની તૈયારી કરું. આજે તારા પપ્પાયે સવારથી ક્યાં ગાયબ છે કોણ જાણે! નહાયાધોયાયે નથી. છોકરાનો જન્મદિવસ છે એય ભલું હશે તો યાદ નહીં હોય.'

સુધાબહેન રસોડા તરફ વળ્યાં. ત્યાં જ એક અણધાર્યો અચાનક અવાજ સાંભળી ચમકીને પાછળ ફર્યાં.

'હું અંદર આવું બહેન?'

અને જમવાની રાહ જોયા વિના, સત્તર-અઢાર વર્ષની એક રૂપાળી છોકરી પતંગિયાની જેમ ઊડતી કૂદતી ડ્રોઈંગરૂમમાં દાખલ થઈ.

૨

છોકરી દેખાતી હતી તો ગરીબ. છીંટનાં સાદાં ચણિયોચોળી અને ઉપર ટૂંકી ઓઢણી. ખુલ્લા પગમાં સહેજ કાળી પડેલી ઝાંઝરની ઘૂઘરીવાળી સેર, પણ દેખાવે શોખીન લાગતી હતી. કોરા ઢીલા વાળનો લાંબો ચોટલો ઝૂલતો હતો. ખીલેલો મોગરાનો ગજરો અને આંજણથી અણિયાળી બનેલી આંખો બધાને વારેવારે જોયા જ કરતી. એ ધીમું ધીમું હસતી હતી અને એનું હાસ્ય આંખોમાં વીજળીની જેમ ઝબકી જતું હતું.

'કેમ રે શું છે? શું કામ છે?'

અચાનક આમ અજાણી છોકરી ઘરમાં સીધી ઘૂસી આવીને હસ્યા જ કરે એ જરાય સુધાબહેનને રુચ્યું જ નહીં. એ તરત એની સામે જઈને ઊભાં રહ્યાં.

પણ છોકરીને તો કશુંય થયું નહીં. એ હસી પડી.

'મારું નામ કાનુ' એ ચોટલો ઝુલાવતી બોલી અને જાણે બધો જ ખુલાસો થઈ ગયો હોય એમ એ વાંકી વળીને ક્ષિતિજને તાકી રહી.

ક્ષિતિજ ઊભો થઈ ગયો હતો અને ધીમે ધીમે ચાલતો હતો. કાનુ વિસ્મયથી એને તાકી જ રહી.

'આ ભાઈ આમ કેમ ચાલે છે? આંખે નથી દેખતા કે?'

સુધાબહેનને હવે સાચે જ ગુસ્સો ચડ્યો. એક તો સીધી ઘરમાં ઘૂસી આવી અને પાછો આવો પ્રશ્ન!

'તારે શું કામ છે એ જ જલદી બોલ ને! રસોઈનું મોડું થાય છે.'

'મારી બાએ મને મોકલી છે.' ફરી એવો ટૂંકો અને મેળ વગરનો જવાબ આપી એ ક્ષિતિજ પાસે દોડી ગઈ. ઘૂઘરીનો આછો રણકાર હવાને કંપાવી ગયો.

સુધાબહેન એને મારી બેસવાનાં હોય એમ એની તરફ ધસી ગયાં, પણ વચ્ચેથી જ સુમીફોઈ એની નજીક જઈને ઊભાં રહ્યાં.

'તારું નામ શું કહ્યું તેં? કાનુ, કેમ બરાબર? તું દૂધવાળા ભૈયાની બાજુની ગલીમાં રહે છે ને?'

'હા, તે તમને ક્યાંથી ખબર?' કાનુ વિસ્મય પામી. સુમીફોઈ જાદુગર હોય એમ આંખો ફાડી એને જોઈ રહી.

'અરે ભાભી. આપણે ઉપલકનું ઘરનું કામ કરવા અને રસોઈ કરવા

બાઈ શોધતા હતા ને? આની મા મળી હતી. મને કહે કે મારી છોકરીને મોકલીશ તમારી પાસે, ફાવે તો રાખજો. એ જ આ છોકરી.'

'અરે! પણ આપણે બાઈ રાખવાનાં હતાં અને આ તો સાવ છોકરી.'

'મને બધુંય કામ આવડે છે હોં! બહેન! રસોઈ પણ ફર્સ્ટ ક્લાસ બનાવું છું.' જાણે અવાજનું ઝાંઝર ઝણકાવતી હોય એમ લટકો કરીને બોલી.

એટલે તો સુધાબહેનને ઔર દાઝ ચડી. અરે રામ, આના નખરા તો જો!

'નહીં સુમીફોઈ, મને તો મોટી ઉંમરની જ બાઈ જોઈએ.'

સુમીફોઈએ ભાભીને બાજુ પર જરા ખેંચ્યાં. 'તમારી વાત તો સાચી પણ હમણાં કોઈ નોકર મળતું જ નથી, ત્યાં સુધી આ છોકરી શું ખોટી? રસોઈ પણ આવડે છે એટલે એય ખટપટ ઓછી.'

કાનુ તો સદંતર બેપરવા બની ક્ષિતિજ ટેબલ પર બેઠો હતો, ત્યાં જઈને ઊભી હતી. ક્ષિતિજે મિકેનો સેટ ટેબલ પર પાથરી દીધો હતો અને દરેક ભાગ પર આંગળીઓ ફેરવ્યા કરતો હતો. એક સ્ક્રૂ નીચે પડી ગયો. પટ દઈને કાનુ ઘૂંટણિયે પડીને લાવી અને ક્ષિતિજનો હાથ ખેંચી એમાં મૂકી દીધો.

ક્ષિતિજ ચમક્યો. કાનુ હસી પડી. 'એ તો હું કાનુ. એમાં ગભરાઈ ગયા? ચાલો, આપણે કંઈક બનાવીએ આમાંથી.'

સુમીફોઈનાં બોલવા તરફ કશું ધ્યાન ન હોય એમ સુધાબહેન ટેબલ પર ઝૂકેલી કાનુની ભરાવદાર પીઠને તાકી રહ્યાં.

'આવી વિચિત્ર અને ઉદ્ધત છોકરીને તમે કામે રાખવાની વાત કરો છો સુમીફોઈ? એનો નખરો તો જુઓ.' સુધાબહેને મક્કમતાથી ડોકું ધુણાવીને ફેંસલો જાહેર કરી દીધો. 'ના બાબા, ના. આ કાનુફાનુ મને ન ખપે.'

'નોકરોની કેટલી તકલીફ છે. અત્યારે માંડ આ એક છૂટો નોકર છે. તો આ કાનુ આખો દહાડો ઉપરનું કામ કરવા લાગશેને! રહે છે નજીકમાં જ. રાત્રે મોડેથી ઘરે મોકલશું તો વાંધો નહીં. જો તો ક્ષિતિજ એની જોડે રમવામાં મશગૂલ થઈ ગયો છે! ક્ષિતિજને પણ કંપની મળી રહેશે.'

'જુવાન છોકરીની કંપની! જરાક તો વિચારો.'

'છી છી કેવી વાત કરો છો ભાભી? આ તો તમે ક્ષિતિજનું અપમાન કરો છો.' સુમીબહેને અણગમાથી ભાભી તરફ જોયું.

'તો તમને ફાવે તે કરો.'

બન્ને તરફ એક દૃષ્ટિ કરી સુધાબહેન રસોડામાં ચાલ્યાં ગયાં.

સુમીફોઈ ક્ષિતિજ પાસે આવીને ઊભાં રહ્યાં કે તરત જ ક્ષિતિજે પૂછ્યું, 'કેમ ફોઈ! શું નક્કી કર્યું?'

'શેનું?'

'ચલ ફોઈ મને બનાવે છે? કાનુને રાખવા માટે તું અને મમ્મી એ જ ગુસપુસ કરતાં હતાં ને! મમ્મી કંઈ નારાજ હોય એવું મને લાગ્યું.'

સુમીબહેને હેતથી ધબ્બો મારી દીધો. 'લુચ્ચો ક્યાંનો. બધું જ સમજે છે. ચાલ, તું કહે મારે શું કરવું?'

કાનુ ખિલખિલ હસી પડી. હિંચકે ઝૂલતી હોય એમ શરીરનો એક હિલોળ લઈને એ બોલી, 'એમાં એ શું બોલે? મને રાખી લ્યોને બહેન.' એકાએક એનો ચહેરો ભારેખમ બની ગયો. હાસ્યની ખીલેલી પાંદડીનું પદ્મ એકાએક બિડાઈ ગયું. 'તમે – તમે – નહીં રાખો તો મારે માર ખાવો પડશે.'

ક્ષિતિજનો ચહેરો તરત કાનુના સ્વરની દિશામાં ફર્યો.

'એટલે?'

'કોણ તને મારે?' સુમીફોઈએ એની પીઠ પર હાથ મૂક્યો.

કાનુના રૂપાળા ચહેરા પરથી એક કાળી વાદળી પસાર થઈ ગઈ.

* * *

'રાંડ હલકટ. આજે તો તને મારીને પૂરી જ કરું.' સટાક દઈને સોટીનો સોળ ઊઠી આવ્યો.

કાનુ ધ્રુસકે ધ્રુસકે રડતી જમીન પર આળોટતી હતી.

'તું જ હરામ હાડકાંની છે. બે ટાઇમ ખાવામાં વાંધો નથી આવતો. અને–'

ક્રોધથી ધ્રૂજતો હાથ હવામાં વીંઝાયો. એક ચીસ નાનકડી ઓરડીમાં ચાકડાની જેમ ચક્કર ચક્કર ફરવા લાગી.

* * *

'મારી મા.' કાનુ નીચે જોઈ ગઈ. એનાં મોં પરથી હાસ્ય કરમાયેલા ફૂલની જેમ ખરી પડ્યું.

'અરે પણ શું કામ?'

'એને – એને – એમ થશે કે મેં જ કામ કરવાની ના પાડી હશે. એટલે મને જ કામચોર કહેશે.' કાનુનો ઢીલો સ્વર ઓગળવા માંડ્યો.

'ના ના! કાનુ રડ નહીં. તને કોઈ અહીંથી નહીં કાઢે. તું અહીં જ કામ કરજે, બસ?' ક્ષિતિજે હાથથી ફંફોસી કાનુના હાથ પર ક્ષણભર હાથ મૂકી આશ્વાસન આપ્યું.

કાનુનો ચહેરો ખીલી ઊઠ્યો. 'તમે ખૂબ સારા છો હોં!'

સુમીફોઈને એક વિચાર અછડતો સ્પર્શી ગયો. ખરેખર કાનુ દેખાય છે એટલી ભોળી હશે! કે કામ મેળવવાની આ એની અવનવી તરકીબ હશે! નોકરો આજકાલ બહુ સ્માર્ટ થઈ ગયા છે.

'પહેલાં તું ક્યાં કામ કરતી હતી?'

સુમીફોઈને લાગ્યું કે અચાનક પેલી શ્યામ વાદળી ફરી એના ચહેરા પરથી પસાર થઈ ગઈ. પાટી પરથી હાથ ઘસીને ભૂંસી નાંખીએ એમ આંખનું તેજ ભૂંસાઈ ગયું કે પછી એક ભ્રમ હતો! પણ ક્ષણભર જ! આંખ ઉઘાડમીંચ થાય એટલી વારમાં તો એ ફરી લોભામણું હસી પડી.

'ઝાઝું કામ કર્યું જ નથી બહેન. પહેલાં ભણતી હતી, પછી એક જ ઘરે કામ કર્યું અને તેય કેટલું દૂર!'

અજાણતાં જ સુમીફોઈનો સ્વર સજાગ બની ગયો. 'કામ શા માટે છોડી દીધું?'

'મેં જ છોડી દીધું તું હોં બહેન! એટલે દૂર આવવું-જવું કોને પાલવે! અડધો પગાર તો બસભાડામાં જ જતો રહે.' ક્ષિતિજના ટેબલ પરથી એક સ્ક્રૂ લઈ ઊંચો ઉછાળી પાછો ઝીલતી હતી. એની પાંદડિયાળી આંખો સ્ક્રૂની સાથે ફરતી હતી.

હં...ભાભીનું કહેવું ઠીક તો હતું. આવી છલકાઈ જતી જુવાની, બોલકણી ને રૂપાળી છોકરી...ક્ષિતિજને કંપની...માથું હલાવી સુમીબહેને વિચાર ખંખેર્યો.

'પગાર શું આપશો?' વાંકી ડોક કરી કાનુ પૂછતી હતી. સ્ક્રૂ એની આંગળીઓમાં રમતો હતો.

સુમીફોઈએ મનને ટપાર્યું.

'તું શું લેશે? તું જ પહેલાં બોલ. કામ શું કરવાનું તે તો તને કહ્યું.'

'પિસ્તાલીસ આપજો. કામની બોલી કરવાની જરૂર નથી. ઘર સમજી બધુંય કામ કરીશ. જોજો તો ખરા કાનુ કેવી ચીવટવાળી ને સફાઈદાર છે. મને તો બધું ફૂલફટાક જોઈએ હાં.'

'તને જરૂર પિસ્તાલીસ મળશે. ક્યારથી કામ પર આવશે?' ક્ષિતિજે કાનુની દિશામાં મોં ફેરવીને કહ્યું.

પોતાના ડગમગતા વિચારોને ક્ષિતિજે સ્થિર કરી દીધા હોય એમ સુમીફોઈને નિરાંત થઈ.

'બોલ ક્યારે આવીશ?'

'અરે ક્યારે આવશે શું, આવી જ ગઈ છું ને! હવે તો રાત્રે જ ઘરે જઈશ. વાંધો નથી ને!'

હાથમાંનો સ્ક્રૂ ગાલ પર ઠેરવી કાનુ હસતી હતી. એને જોઈ સુમીફોઈ અસ્વસ્થ થઈ ગયાં. પાછું પોતાની પર જ હસવું આવ્યું. એક નોકર રાખવા જેવી...સાવ નાંખી દીધા જેવી વાત અને આટલું શું વિચારવાનું!

'હા રે ભલેને અહીં રહી. જા રસોડામાં ભાભી છે ત્યાં.'

'બધું કામ પતી જાય એટલે આપણે આ તમારી **રમતમાંથી** કંઈક

બનાવીશું હો!' અને ફેરફુદરડી ફરતી એ અંદર દોડી ગઈ.

સુમીફોઈ હજી કાનુ સામે જ ઊભી હોય એમ જોતાં હતાં.

'શું વિચાર કરો છો ફોઈ?' ક્ષિતિજે ફોઈનો હાથ પકડી લીધો.

સુમીફોઈએ ક્ષિતિજના ચહેરા પર નજર ઠેરવી. સુંદર કલાત્મક રંગીન ચિત્રમાં કોઈએ કાળાં ટીલાં કરી એને કુરૂપ કરી મૂક્યું હોય એમ ક્ષિતિજના ખૂબસૂરત ચહેરામાં જડાયેલી નિર્જીવ આંખો – નિરર્થક આમ તેમ ઘૂમ્યા કરતા બે ડોળા...સુમીફોઈએ પોતાનો હાથ છોડાવી લીધો.

'તું જાણે છે ક્ષિતિજ?'

'શું?'

'મને ક્યારેક તારી બીક લાગે છે.'

'કેમ હું તમારું ખૂન કરવાનો છું કે શું?'

'બીજાનાં મનમાં ઘૂસી જવાની – પરકાયા પ્રવેશની તારી આ વિદ્યા કંઈક પૂર્વભવનાં પૂન્યે તને વરી છે, ક્ષિતિજ. અને મને એનો ડર છે.'

ક્ષિતિજ હસ્યો. ખુલ્લી પડેલી મિકેનો ગેઈમનાં પાર્ટ્સ ખોખામાં એણે ગોઠવવા માંડ્યા. 'તને ખબર છે ફોઈ? માણસના શરીરમાંથી આંતરિક વિચારોના આંદોલનો સતત ઊઠતાં હોય છે. રેડિયોનું ટ્રાન્સમિશન જેમ અવાજનાં મોજાં પ્રસારિત કરે એમ અને મારું મગજ કોણ જાણે કેમ વિચારોના આ પ્રવાહને ઝીલી શકે છે. કોઈ વખત તો એ વિચારોને ઘન આકાર હોય એમ હું એને સ્પર્શી પણ શકુ છું. બસ એટલું જ. એમાં હું કાંઈ કરતો નથી.'

'અરે વાહ રે ક્ષિતિજકુમાર, સાઇકૉલૉજીની ડિગ્રી ક્યારે એનાયત થઈ તમને?'

'અરે ભઈ થોડા દિવસ પહેલાં જ મમ્મીએ છાપામાં એક લેખ વાંચી સંભળાવ્યો હતો, તે બધું જેમનું તેમ તમને કહી દીધું.'

'ક્ષિતિજ' બહારથી એક જોરદાર બૂમ અંદર ધસી આવી.

ક્ષિતિજ ખુશ થઈ ગયો.

'પપ્પા આવી ગયા ફોઈ.'

એ બૂમનું પગેરું દબાવતાં પચાસેક વર્ષની વયના નંદુબાબુ ધમાધમ ચાલે ઘરમાં દાખલ થયા.

છુટ્ટી પાટલીનું ધોતિયું, કાદવથી ખરડાયેલું પહેરણ, સુદૃઢ કસાયેલું શરીર, બેઠીદડીનાં બાંધા પર, ગોળમટોળ માથું ઘડીને દબાવીને જાણે બેસાડી દીધું હોય એમ ગરદન તો આંખોથી અદૃશ્ય જ રહેતી. માથામાં બરાબર વચ્ચોવચ્ચ તેલ પાયેલી ચામડીવાળી ટાલ અરીસાની જેમ ચકચક થાય. એમની ફોઈએ જ્યારે પણ નામ પાડ્યું હશે – નંદનદાસ...નંદુબાબુ...ત્યારે ચોક્કસ ચોઘડિયું

સારું હશે. કારણ કે નામ બરાબર એમના સ્વભાવને અનુરૂપ જ નીવડ્યું હતું!

મતલબ કે નંદુબાબુનો સ્વભાવ લહેરી. જ્યારે જુઓ ત્યારે હસવાનું શરૂ થઈ જાય. નંદનદાસમાંથી એ નંદુબાબુ ક્યારે થઈ ગયા તેની કોઈ ચોક્કસ તારીખ કે સમય ઉપલબ્ધ નથી, પણ છુટ્ટી પાટલીના ધોતિયાના પહેરવેશ પરથી નંદુ જોડે બંગાળી શબ્દ બાબુએ અડ્ડો જમાવી નંદુબાબુ એ નામનું સર્જન કર્યું હતું.

આવા નંદુબાબુ ઉતાવળી ચાલે ઘરમાં દાખલ થયા ત્યારે એમના હાથમાં મોટો બધો ગુલછડીનો ગુચ્છો હતો. ક્ષિતિજ પાસે જઈ નંદુબાબુ એને વહાલથી ભેટી પડ્યા.

'ઓહ પપ્પા, મારે માટે ગુલછડી લાવ્યા છો ને? એની સુગંધ તો બસ એની જ.'

'મને ખબર છે ને તને શું ગમે છે! એવું છે ને સુમી કે દુકાનમાંથી ખરીદીને કોઈ પણ આપે. એમાં શું? પણ હું તો વહેલી સવારે કર્નલની જીપમાં ઠેઠ અંધેરી ગયો હતો અને ફાર્મ પરથી મેં જાતે પસંદ કરીને લીધી.'

'થેંક્યુ પપ્પા. તમને એક વાતની ખબર છે પપ્પા?'

'હં?' નંદુબાબુ હાથ પરની માટી મસળીને કાઢવામાં પડી ગયા હતા. 'શેની વાત? હું તો વહેલી સવારથી અહીંથી નીકળી ગયો હતો એટલે મને તો કાંઈ ખબર નથી.'

'પણ તમે સાંભળો તો કહું ને? આઈ લવ યુ પપ્પા.' ક્ષિતિજે ઊંડા શ્વાસથી ગુલછડીની સુગંધ મનમાં ભરવા માંડી.

'જો બેટમજી' કહેતાં નંદુબાબુ ખડખડાટ હસ્યા. એક વાર હસવાનું ભારખાનાની જેમ શરૂ થતું એટલે ચાલ્યા જ કરતું. સુમીફોઈ અને ક્ષિતિજ આ હાસ્યનો ધોધ અટકાવાની રાહ જોતાં ધીરજથી ઊભાં.

ગોળમટોળ માથું હલાવતાં નંદુબાબુ માંડ આખરે થંભ્યા.

'તને આજે વીસ વર્ષે ખબર પડી?'

'તમારા બાપદીકરાની આ ઢંગધડા વગરની વાતો બંધ થશે કે નહીં? જ્યારે જોઈએ ત્યારે ખી ખી ખી ખી.'

'એટલે આ ઉંમરેય છું ને તાજોમાજો? આ તારી ભાભી છે જમ જેવી માથા પર, નહીં તો એ...બીજી હમણાં ને હમણાં આવે.'

'શું ભાઈ તમે! આ જુવાન દીકરાની સામે.'

'અરે ભઈ જુવાન છે એટલે તો બોલું છું. હું ને ક્ષિતિજ તો ભાઈબંધ છીએ કેમ? તને યાદ છે ક્ષિતિજ? તું અને હું તને આંખો હતી ત્યારે કેટલું રખડતા? શનિ-રવિ તો ઘરની બહાર જ બોટિંગ-પિકનિક-રાણીબાગ–'

સુમીફોઈની ઇશારત જોતાં નંદુબાબુ ચૂપ થઈ ગયા. પાછું તરત બૂમ પાડી ઊઠ્યા. 'અરે–તારી! હું તો હજી ગંદો જ ફરું છું! સુમી નહાવાનું પાણી.'

સુમીબહેન રસોડામાં ગયાં.

નંદુબાબુ રસોડા તરફ નજર કરી ક્ષિતિજ પાસે આવ્યા.

'પછી તેં સુધાને વાત કરી?'

'અંધ આંખે મે સ્વપ્નાં જોવાનાં છોડી દીધાં છે પપ્પા.'

* * *

કાનુ નીચે ઉભડક બેસી વાસણો કપડાંથી લૂછતી હતી. એનાં હોઠ પર કોઈ ગીતની તર્જ રમ્યા કરતી હતી. ક્યારેક શરીરના હિલોળથી ગીતને લય મળતો હતો.

રસોઈ કરતાં કરતાં સુધાબહેન થોડી થોડી વારે એની સામે જોઈ લેતાં હતાં. 'ના છે તો ટીડડાં જેવી! કામની હૈયાં ઉકલત પણ છે. વાસણ લૂછી લૂછીને ચકચકતા કરી દીધા, પણ તોય ન રાખી હોત તો?'

3

'સુધાને પૂછી જોવાનું મેં તને ખાસ કહ્યું હતું ક્ષિતિજ.'

'મેં વાત કરી હતી પપ્પા પણ...' ધીમે પગલે ફર્નિચરમાંથી માર્ગ કરતો ક્ષિતિજ બારી પાસે જઈને ઊભો રહ્યો.

અહીં ઊભા રહેવું એને ગમતું. જાણે અંધારાના અસીમ સમુદ્રને તરી જઈ એ સામે પાર પહોંચી જતો. ભૂરું આકાશ, લીલાં વૃક્ષો, હીરા જેવા ઝગમગતા તારા, સૂરજનો ગોળો, ચાંદનીની ફિક્કી પીળાશ – પ્રકૃતિ ઝૂકી ઝૂકીને એનો વૈભવ પાથરી દેતી.

બારીને અડીને જ નીચે કમ્પાઉન્ડમાં સુમીફોઈએ સરસ ફૂલ-છોડ વાવ્યા હતા. સુગંધને હળવેથી ઊંચકીને પવન બારી સુધી એને લાવતો. પછી રમતિયાળ બાળકની જેમ સુગંધ ઘરમાં કૂદી પડીને આખા ખંડમાં દોટ દેતી. ક્ષિતિજે પાછળ મોં ફેરવ્યું.

'પપ્પા! ગુલછડીને કાપીને અહીં રેડિયોગ્રામ પર જ મૂકજો હો.'

'કેમ બાપદીકરાની ખાનગી મસલત પૂરી થઈ કે નહીં?'

અચાનક સુધાબહેનના શબ્દોથી પહેરણ પરની માટી ખંખેરવામાં મશગૂલ નંદુબાબુ ચમક્યા.

'શેની ખાનગી વાત?'

'રોજ કરતાં આવ્યા છે તે વળી. મને શું ખબર નથી!' સુધાબહેને મોરચો માંડવાની તૈયારી કરી.

'જો સુધા, ક્ષિતિજનો જન્મદિવસ છે. આજે મહેરબાની કરી ગરમ નહીં થતી.'

સુધાબહેન ક્ષિતિજ પાસે આવીને ઊભાં રહ્યાં. 'હું શું તારી દુશ્મન છું!'

'મમ્મી! એવું વિચિત્ર શું બોલે છે?'

નંદુબાબુએ કહ્યું :

'મેં તો ખાસ તને મોટેથી એવું કહ્યું નથી.'

સુધાબહેન ભડક્યાં.

'જો તમે જ મને ચીડવો છો. હું પણ ક્ષિતિજની મા છું. એનાં ભલા-બૂરાનો મને પણ શું વિચાર નહીં આવતો હોય? બહારની દુનિયામાં તો જે દેખે છે તે પણ ઠોકર ખાય છે. તું ઘરનો ઉંબર છોડી બહાર નીકળશે અને પળે પળે મારો પ્રાણ તરફડશે. ક્ષિતિજનું શું થયું હશે? એને કોઈ બનાવી

જશે? પડી જશે?'

ક્ષિતિજ ન બોલ્યો. નંદુબાબુએ ટાલ પર હાથ ફેરવ્યો. 'જો સુધા, તારા ક્ષિતિજ પરના પ્રેમ માટે કોઈને શંકા નથી. પણ ઘરમાં પડ્યો પડ્યો શું એ જાનવર જેવી જિંદગી જીવે! છી છી! પણ તને શી રીતે સમજાવવી? તેં હેલન કેલરનું નામ પણ ન સાંભળ્યું હોય ત્યાં આ બધું નિરર્થક છે.'

ધીમેથી ક્ષિતિજે કહ્યું :

'તારા પ્રેમની કોટડીમાં મને જાણે જનમટીપની સજા મળી છે મમ્મી! બીજું કંઈ નહીં પણ મને ડર એ વાતનો છે કે હું પણ તારી જેમ વિચારતો થઈ જઈશ.'

એક ક્ષણ સુધાબહેન હોઠ પીસીને સ્તબ્ધ ઊભાં રહ્યાં. આંખોમાં અગ્નિ સળગ્યો અને ઠરી ગયો. પછી હસીને બોલ્યાં :

'ભલે, હું જરૂર તારી વાત પર વિચાર કરીશ. બોલ જોઉં રસોઈ શું કરી હશે આજે?'

'પુરણપોળી, દહીંવડા, ઓસામણ, કાકડીનું રાયતું ને ભરેલા રીંગણાનું શાક.'

સુધાબહેન નવાઈ પામી ગયાં.

'અરે તને કોણે કહ્યું?'

'કમ ઓન મમ્મી તું મારા બર્થ ડે પર તો મારી ભાવતી વસ્તુ જ બનાવે ને! તું તો જાણે એવી વાત કરે છે કે, આવી મહત્ત્વની શોધ કરવા માટે મેં કોઈ સી.આઈ.ડી.ને રોક્યો હોય!'

'ચલ બદમાશ નહીં તો!'

'ભાઈ કેટલી વાર? પાણી ઠંડું થઈ જશે.' સુમીબહેનની બૂમથી નંદુબાબુ ઝબક્યા.

'અરે રામ! તમે નાહ્યા નથી તે તો હું ભૂલી જ ગઈ. પેલીને કપડાં આપી દેજો ધોવા.'

'કોણ પેલી?' નંદુબાબુ તાલ પર હાથ ફેરવતા ઊભા રહ્યા.

'છે એક નખરાળી! કામ કરવા રાખી છે.'

'તે પહેલાં કહેવું હતું ને! આ ઊપડ્યો અંદર.' નંદુબાબુએ આંખ મીંચકારી.

'આ ઉંમરે! જરાય મર્યાદા ન મળે.'

'આપણાં બે વતી તું મર્યાદા જાળવે છે ને! બસ. આપણા રામ તો છે જ ફક્કડરામ.'

ક્ષિતિજે થોડું હસીને બારી બહાર જોવા માંડ્યું.

* * *

'કાનુ ચહા કર તો જલદી.'

'અરે રામ હું શાલ ઉપર ભૂલી ગઈ. દોડ તો. ઉપરથી લાવ તો.'

'અરે! ખાંડ સાવ ખલાસ! લે કાનુ પૈસા. બે કીલો ખાંડ બજારમાંથી લાવ તો.'

કોઈની પણ બૂમ પડતી કે કાનુ અધવચ્ચેથી ઝીલી લેતી.

ઉપર, નીચે, ઘરના ખૂણેખૂણામાં ઝાંઝરનો ઝણકાર ફુદરડી ફરતો – ખીલખીલ મીઠું હસવાના અવાજની છાલકથી સૌ કોઈ ભીંજાતાં.

'છે ને છોકરી મજાની! નક્કામી તમે એને રાખવાની ના પાડતાં હતાં.'

'તમને ખબર તો છે ને શું કામ ના પાડતી હતી. એક તો અજાણી. કોઈ રેફરન્સ નહીં. પાછી જુવાન.' સુધાબહેન બચાવ કરતાં.

'હશે! આપણે તો કામ સાથે કામ. બાકી તમારાથી કે અમારાથી ઉપર નીચેની દોડાદોડી હવે થવાની હતી?'

બપોરના ચહાપાણીનો સમય થયો હતો. આળસ આવી ગઈ. 'ક્યાં ગઈ કાનુ?'

સુધાબહેન ઉપરથી નીચે ઊતરી દીવાનખંડમાં આવ્યા. રસોડામાં જતાં થંભી ગયાં.

ઝાંઝરનો મધુર તાલબદ્ધ ઠેકો બપોરની રસળતી શાંતિમાં સ્પષ્ટ સંભળાતો હતો.

પણ ક્ષિતિજના ખંડમાંથી?

સુધાબહેન ઝડપથી ફર્યાં અને ક્ષિતિજના ખંડ પાસે આવ્યાં. સામેના દૃશ્યે એમના પગે ખીલા ખોડાઈ ગયા.

બારણું અર્ધ ખુલ્લું હતું. ક્ષિતિજ બેઠો હતો. મિકેનો સેટ ટેબલ પર પથરાયેલો હતો. કાનુ ઝૂકીને ઊભી હતી. બન્ને વિમાનનું મૉડલ બનાવવામાં મશગૂલ હતાં. કાનુનો પગ ધીમે ધીમે ઠેકો લેતો હતો. ઝાંઝરની ઝીણી ઘૂઘરીઓ મીઠું રણકતી હતી.

ક્ષિતિજે ઊંચું જોઈને કહ્યું, 'કાનુ, તું ખૂબ સારી છે.'

કાનુ હોઠ પર આંગળી ટેકવી મીઠું હસી પડી. એનો ભર્યોભર્યો દેહ, મોહિનીરૂપ હાસ્ય...રણકતી ઘૂઘરીઓ–

સુધાબહેન તરત પાછાં ફરી ગયાં. ઝાંઝરનો ઝણકાર શિકારી કૂતરાની પેઠે પાછળ પડ્યો હોય એવી ઉતાવળથી એ ભાગ્યાં.

* * *

'કાનુને રજા આપી દો.'

'કેમ? શું કામ?'

'બસ! એમ જ.'

'અરે! પણ કંઈ કારણ?'

સુધાબહેન કારણ શોધવા મથ્યાં.

'એ – એ – આખો દિવસ ખી ખી હસે છે તે જુવાન છોકરીને શોભતું નથી.'

સુમીફોઈને હસવું આવી ગયું.

'શું તમેય તે ભાભી? મને તો ઊલટાનું ગમે છે. કેટલી હસમુખી છે! આનંદ તો જાણે કપડાની જેમ જ પહેરીને ફરે છે.'

'તોયે રજા જ આપો.' સુધાબહેને જીદ પકડી.

'તો દિવસમાં સત્તર વાર ચડઊતર કોણ કરશે? મારાથી નહીં થાય.' સુમીફોઈ ઊઠી ગયાં.

* * *

રાત્રે નંદુબાબુ મૂડમાં હતા. જમવામાં મજા આવી ગઈ. પેટીસ હતી. તીખી અને પાછી ગરમ. નંદુબાબુને ફરસાણ મળે તો ગેલમાં આવી જતા.

બેત્રણ પુસ્તકો લઈ એ આર્મચેરમાં ગોઠવાયા. પગ પાસે ટિપાઈ ગોઠવી. બાજુમાં બીજા સ્ટૂલ પર છાપાં, એશટ્રે, સોપારી, સિગારેટ બધું મૂક્યું. પછી નિરાંતે બાદશાહી ઠાઠથી, પગ લાંબા કરી એ આર્મચેરમાં ગોઠવાયા.

'આખી રાતના જાગરણની તૈયારી થતી લાગે છે.'

'હો ને ઠેઠ સવારોસવાર.'

'શું નિરાંતનો જીવ છે!'

'પણ તો શેની ચિંતા કરું? મને કહેશો?' નંદુબાબુએ સિગારેટનો ઊંડો દમ લીધો. ચોપડીમાં માથું ખોસ્યું અને પગ પર થાપટ મારતાં ખડખડાટ હસી પડ્યા. 'જો સુધા, એક વકીલ...'

'પ્લીઝ મહેરબાની કરી તમારી એ સડેલી જોક્સ બંધ કરશો? હું ત્રાસી ગઈ છું.'

'સુધા, એક પ્રશ્ન પૂછું?'

નંદુબાબુનું ગંભીર મુખ જોઈ સુધાબહેનને નવાઈ લાગી.

'હં?'

'તારો જન્મ ક્યાં થયો હતો?'

'એટલે?'

'વાત એમ છે કે તારા જન્મસમયની દાયણને જો શોધી શકું તો એને એક જ પ્રશ્ન પૂછવો છે કે બાઈ તેં ગળથૂથીમાં ગ્લૂકોઝને બદલે સુધાને દિવેલ તો નથી પાયું!' ફુઉઉઉ...નંદુબાબુનું દબાવેલું હસવાનું ઊછળી પડ્યું.

સુધાબહેન જરા ઝંખવાયાં. પછી તરત બૂમ પાડી : 'છી આખો દિવસ હાહાઠીઠી કરતો તમારો આ સ્વભાવ એટલો વિચિત્ર છે.'

'ચાલ જવા દે વાત સુધા, એ તો આપણો જૂનો ઝઘડો છે. કંઈક નવી વાત કર. આજે શો હલ્લો લઈને આવ્યા છો તમે?' સિગારેટની ધુમ્રસેર જોવાની નંદુબાબુને મઝા પડી.

સુધાબહેન આ બેફિકરાઈને પરાણે દવાના ઘૂંટડાની જેમ ગળે ઉતારી ગયાં. આ માણસ પર રોષની તો ક્યારેય અસર જ ન થતી.

'આ કાનુનું શું કરવું છે હવે?'

'આ તો નવી જ વાત!' સિગારેટ બુઝાવી ટાલ પંપાળતા બોલ્યા.

'લે. એનું કાંઈ કરવાનું છે એની મને ખ઼બર જ નહોતી.'

સુધાબહેન મનમાં જ પાંચ ગણી ચૂપ રહ્યાં. પછી ધીમેથી બોલ્યાં :

'એ છોકરી મને નોકરીમાં નથી જોઈતી.'

'અરે રામ! આટલી જ વાત! તો રજા આપી દે.'

'પણ તમારી બહેન ચોખ્ખી ના પાડે છે.'

'તો પછી છો કામ કરતી.'

નંદુબાબુને કશીય ગૂંચ વિનાની આ વાત એટલી સરળ લાગી કે પત્નીની આટલી ચિંતા, તેમના ભોળા મગજની કલ્પના બહારની વાત હતી.

'પણ મને કાનુ ન જોઈએ. સો વાતની એક વાત.'

'કારણ? જોને આજે કેવી મઝાની પેટીસ બનાવી હતી! વાહ મઝા પડી ગઈ.' અને આખા પ્રશ્નનો ઉકેલ આવી ગયો હોય અને પોતાની દુનિયામાં પોતે નિર્વિઘ્ને પાછાં ફરી શકે છે, એ એ સંતોષથી એમણે ફરી પુસ્તક ઊંચક્યું.

'પેટીસ બનાવતાં આવડી એટલે બસ થઈ રહ્યું! મને તો એ છોકરીનાં લક્ષણ સારાં નથી દેખાતાં.'

નંદુબાબુને થયું, વાત જરા ગંભીર તો ખરી.

'અરેરે! એણે કંઈ કર્યું?'

'હે ભગવાન તમને તે આંખો છે કે નહીં? જો ને ક્ષિતિજ સાથે હસે છે તે!'

'અરેત્તારીની'–ધોધ છૂટ્યો હોય એમ નંદુબાબુ મોટા અવાજ સાથે ખૂબ હસ્યા.

'બસ કરો તમારું હસવાનું. તમારા હસવામાં જ બધો દાટ વળી ગયો છે.'

પણ અધવચ્ચેથી હસવું રોકવું કઠણ હતું. પૂરું હસી લીધે જ એમનો છૂટકો થયો. એમણે ધોતિયાના છેડાથી આંખો લૂછી. 'હું ને તું ક્ષિતિજ જોડે નથી હસતાં?'

સુધાબહેને ધીમો નિઃશ્વાસ મૂક્યો. બધું સમજાવ્યા વિના આ માણસના ભેજામાં કંઈ નહિ ઊતરે.

'તમે સમજતાં કેમ નથી? ક્ષિતિજ જુવાન છે, કાનુયે જુવાન છે. રંગીલી છે અને...અને પછી કંઈક થઈ જશે તો? પારકી છોકરીની માને શો જવાબ દેશો?'

આ વિચાર નંદુબાબુ માટે નવો હતો. ચોપડી નીચે મૂકી એ ટટ્ટાર થઈ ગયા. ગોળ માથું ચકરડીની જેમ ગોળ ગોળ ફરવા લાગ્યું. ટાલ પંપાળી લીધી.

'હં! તો એ વાત વિચારવા જેવી ખરી.'

માથું જરા વધુ ગોળ ગોળ ફર્યું. ટાલ સાથે રહ્યાસહ્યા વાળ પર હાથ ફેરવી જોયો. આટલી ક્રિયા પછી મગજ જાગૃત થયું હોય એમ એમને ઉકેલ મળ્યો.

'જો ક્ષિતિજને એ છોકરી ગમતી હોય તો પછી કંઈ વાંધો નથી.'

સુધાબહેને માથું કૂટ્યું.

'તમે તે છેક જ અક્કલ ગીરવે મૂકી છે! ઘરમાં કામ કરતી ઝૂંપડપટ્ટીવાળી છોકરી મારી ઘરમાં? છી છી. મારો ક્ષિતિજ તો કુંવર છે.' સુધાબહેનનું હૈયું વલોવાઈ ગયું. 'ક્ષિતિજને આંખની કીકી જેમ હૈયામાં સંઘરી રાખ્યો છે. ક્ષિતિજ મારા લોહીનાં બુંદેબુંદમાં વસેલો છે. ભગવાનેય મારા સ્નેહની શી મજાક કરી! એની નિર્જીવ આંખો જોઈ મારી છાતી સળગી જાય છે.'

રોષ ઊભરાઈ ગયો. સુધાબહેન મોકળે મને રડી પડ્યાં.

અમોઘ શસ્ત્રથી પરાજીત થયા હોય એમ નંદુબાબુએ હથિયાર હેઠા મૂકી દીધા. વકરેલા જખમ પર જ આંગળી દબાતી ત્યારે અસહ્ય પીડા થતી. એનો એક જ ઉપાય એમને મળી આવ્યો હતો. કર્નલને ત્યાં ચેસ રમવા ઊપડી જતાં અથવા 'આ આવ્યો' કહેતાં ગૂમ થઈ જતા.

'એકનો એક દીકરો! કેટલી ધામધૂમથી પરણાવત! રૂપની રાણી લઈ આવત. કશું ન બની શક્યું ને બનવાનું પણ નથી અને તમે એનાં અંધાપાની આવી હલકી મજાક ઉડાવો છો?'

'સૉરી. મારો ઈરાદો નહોતો. એવો એક વિચાર આવી ગયો. ભૂલી જા. જોઉં! કર્નલ જાગતા હોય તો એક-બે ગેઇમ થઈ જાય.' નંદુબાબુ ઊભા થઈને બારી પાસે આવ્યા.

સામેના ફ્લૅટની બત્તી બંધ હતી. ચાલો, કર્નલ વહેલા સૂઈ ગયા. એમનું મન ડહોળાઈ ગયું. તળિયાનો કાદવ ઉપર તરી આવ્યો. એ બારીએ જ ઊભા રહ્યા. ઠંડા પવનની આછી છાલકનાં થોડાં ફોરાં ઊડ્યાં. જરા સારું લાગ્યું.

રાતના નવ વાગ્યા હતા, પણ રસ્તાઓ ચૂપકીદી ઓઢી લાંબા થઈને

સૂતા હતા. શાંતિ ચૂપચાપ થાકેલી સ્ત્રીની જેમ ધીમે પગલે ચાલી જતી હતી. નંદુબાબુ બારીની કિનારીને અઢેલીને ઊભા. ક્ષિતિજનાં ખંડમાં અંધારું હતું – આજે વહેલો સૂઈ ગયો લાગે છે.

એ બારી પાસેથી ખસવા ગયા અને ઝાંઝરનો આછો ઝણકાર સંભળાયો. કાનુ ઘરે જતી લાગે છે. ફરી બારી પાસે આવી એમણે નીચે નજર કરી.

કાનુ દોડતી પોર્ચ ઊતરી કમ્પાઉન્ડ વટાવી બહાર રસ્તા પર આવી.

અને અંધકારમાંથી ફૂટી નીકળ્યો હોય એમ એમણે અચાનક એક માણસને થોડે દૂર ઊભેલો જોયો. મ્યુનિસિપલ લાઇટનું અજવાળું એના મોં પર બરાબર પડતું હતું. એ કાનુને ટીકીને જોયા કરતો હતો.

કાનુ ઉતાવળમાં હતી. એણે ચારે બાજુ અધીરી નજરે જોયું અને એ ઝડપથી ચાલવા લાગી. એની પાછળ જ માણસે ઉતાવળે ચાલવા માંડ્યું.

રાતનાં ઘેરાં અંધારાનાં જડબામાં બંને ખોવાઈ ગયાં.

નંદુબાબુ સ્તબ્ધ જ થઈ ગયા. પહેલો જ વિચાર કાનુ પાછળ દોડી જવાનો આવ્યો. બિચારી સાવ એકલી, આ રાત અને પેલો માણસ! કોઈ મવાલી ગભરુ જવાન છોકરીને એકલી જોઈ...

જવા માટે એ જલદી પાછા ફર્યા અને એમની નજર સૂતેલી પત્ની પર પડી. હમણાં જ એ શું કહેતી હતી!

કાનુનાં લક્ષણ સારાં નથી. ખરેખર એમ જ હશે! પેલો માણસ કાનુની પાછળ પડેલો મવાલી ન હોય અને કાનુને મળવા જ ખાસ આવ્યો હોય તો! રસ્તા પર કાનુ એક ક્ષણ થંભી. પછી ચાલી ગઈ. પેલાને જોવા જ રોકાઈ હશે! કે પછી એને બિચારીને કશી ખબર નહોતી!

એટલું એક સામટું વિચારવાનુંયે વજન પડ્યું હોય એમ તાલ પર હાથ ફેરવતા નંદુબાબુ ક્યાંય સુધી અંધારાને તાકતા બારી પાસે ઊભા રહ્યા.

૪

નંદુબાબુથી સવારે મોડું ઉઠાયું.

અધમીંચેલી આંખે બાજુમાં નજર કરી. સુધાબહેન નહોતાં. દિવસની ગતિનું ચક્કર ચાલુ થઈ ગયું હતું. કૂણો તડકો કણકણ બની વેરાઈ ગયો હતો. રસળતી ઊંઘ માણતા નંદુબાબુ પથારીની હૂંફમાં પડ્યા રહ્યા.

અચાનક રાતનું દૃશ્ય યાદ આવી ગયું!

આંખો ચોળતા નંદુબાબુ બેઠા થઈ ગયા. જલદી કાનુને જોવાની તાલાવેલી લાગી. રાત્રે શું થયું હશેની ચિંતા થઈ. હવે નહીં જ ઊંઘી શકાય માની નંદુબાબુ જલદી નીચે દીવાનખંડમાં આવ્યા.

સૌ ચાપાણીથી પરવારી ગયાં લાગતાં હતાં. ક્ષિતિજ સોફામાં બેઠો હતો. સુધાબહેન છાપું વાંચતાં હતાં. સુમીફોઈ બારી પાસેની ઇઝીચેરમાં બીજું છાપું વાંચતાં હતાં. રોજની સવાર જેવું જ સામાન્ય દૃશ્ય.

તાત્કાલિક છાપું મળવાની કોઈ શક્યતા ન જણાતા ગૂડ મોર્નિંગ કહેતાં એ ડાઇનિંગ ટેબલ પર બેઠા.

'ગૂડ મોર્નિંગ પપ્પા' અને ફરી ક્ષિતિજનો જીવ નવાં નવાં સમાચારો સાંભળવામાં પરોવાઈ ગયો.

નંદુબાબુ ટેબલ પર આંગળીથી ટકોરા મારતા બેસી રહ્યાં.

હસતી હસતી કાનુ આવી ગરમ ચહા મૂકી ગઈ.

નંદુબાબુ ગૂંચવાયા. કાનુના ચહેરા પર કશું અજુગતું બન્યાનાં કોઈ ભાવ નહોતા. બે વાર ખોંખારો ખાધો.

'કાનુ?'

'જી.'

'અં – કંઈ નહિ. કહેતો હતો બે ટોસ્ટ લઈ આવ તો.'

'આ લાવી.'

નંદુબાબુએ ચહાનો ઘૂંટડો ભર્યો. ચહા મસ્ત હતી. ઊગે એવી. પણ તોય વાત કરવાની કંઈ સળ ન બેઠી. કાનુ ટોસ્ટ લઈ આવી.

'કાનુ?'

'જી શું જોઈએ?'

'ના ના હું એમ કહેતો હતો...' નંદુબાબુને થયું ફરી એક વાર ખોંખારો ખાવો ઠીક થઈ પડશે.

સુધાબહેનના ચશ્માં નાકની દાંડીએ આવી ઝૂલવા લાગ્યા. સુમીફોઈએ છાપાની ઘડી કરી તાકીને જોવા માંડ્યું. ક્ષિતિજનાં કાન સરવા થયા.

ખોંખારો ખાઈ લીધો હતો એટલે ચહાનો બીજો ઘૂંટ ભર્યો. હં હવે બોલી શકાશે.

'જો કાનુ, તને રાતના ઘરે એકલા જતાં બીક લાગે તો કહી દેજે. મૂકવાની વ્યવસ્થા કરી આપીશ.'

કાનુ લહેરથી હસી પડી. ખિલ ખિલ ખિલ.

'ના રે એવી કંઈ જરૂર નથી. ઘર કંઈ દૂર નથી ને મને વળી કોણ ખાઈ જવાનું છે?'

'ચોક્કસ?' નંદુબાબુને થયું હિંમત આવી હતી તો ભેગાભેગું પૂછી લેવું સારું.

'હા હા સાચું જ કહું છું.'

થયું. તો હવે મારે શી પંચાત! રાતનો કોઈ અણસારેય નહીં. તો નજરે જોયું તે ભ્રમ! કંઈ નહીં. હવે કશું પૂછવાનું બાકી નથી રહેતું એની ખાતરી થઈ ગઈ. એમણે ટોસ્ટ ખાવા માંડ્યો. કાનુ ઝાંઝરનો ઠેકો લઈ પગથિયાં કૂદતી દાદર ચડી ગઈ.

સુધાબહેનના ચશ્માં પાછા યથાસ્થાને આવી ગયા હતા. સમાચાર મોટેથી વાંચવા લાગ્યા હતા. ક્ષિતિજની નજર સુધાબહેનના અવાજની દોરીએ ઝૂલતી હતી. સુમીફોઈએ છાપાનાં પાનાં ફેરવવાનું પાછું ચાલુ કરી દીધું હતું.

નંદુબાબુ ચહા પૂરી કરીને ઊઠ્યા.

શક્ય તેટલું કાનુને પૂછ્યું હતું. સવારના પહોરમાં માત્ર ચહાના જોર પર નંદુબાબુનું મગજ વધુ કામ કરવા તૈયાર નહોતું, એટલે કમ્પાઉન્ડમાં બગીચાની ક્યારીઓ નીંદવા ચાલ્યા ગયા.

* * *

'તમારી આંખો કેવી રીતે ગઈ?'

'હવે આટલે વર્ષે એ સાંભળીને તું શું કરશે કાનુ?'

કાનુએ ઓઢણીની કિનાર સરખી કરી અને સ્વેટર ગૂંથવા માંડ્યું.

'તું શું કરે છે કાનુ?'

'તમારા માટે સ્વેટર ગૂંથું છું.'

'મારે માટે?'

'હા. મેં કાલે જ સુમીફોઈને કહ્યું મને સ્વેટર ગૂંથતા આવડે છે. તે કાલે ને કાલે એ ઊન લઈ આવ્યાં. કહે ક્ષિતિજ માટે ગૂંથી આપ. એટલે ટાંકા માંડું છું.' કાનુની આંગળીઓ કુશળતાથી ફરતી રહી.

અવાજનો આકાર   29

ક્ષિતિજ ખુશ થયો, 'કેવો રંગ છે?'

'ઘેરો બ્લુ રંગ.'

'મને એ રંગ ખૂબ ગમે છે. તને...તને ખબર છે કાનુ? હું નાનો હતો ને ત્યારે એક એક ચીજ લાલ રંગની જ વાપરતો. બૂટ, કપડાં, પેન્સિલ, રૂમાલ, રૂમના પડદા સુધ્ધાં.' ક્ષિતિજ હસ્યો. 'હવે અત્યારે હસવું આવે નહીં? લાલ રંગ! માય ગૉડ!'

'એમાં હસવા જેવું શું છે? મને તો લીલો જ રંગ ગમતો. બધાં કપડાં લીલાં રંગનાં. મારી બા તો મને ઝંડો જ કહેતા. હજીયે મને લીલી ઓઢણી બહુ ગમે.'

'ઓઢણી! કાનુ, તું સાડલો નથી પહેરતી?'

'એક સાડલો લઉં તો બે ઓઢણી થાય ને?'

'હં! હા ખરી વાત.' પોતાનો કપડાં ભરેલો કબાટ ક્ષિતિજને યાદ આવી ગયો. 'પણ કાનુ, લાલ રંગ કંઈ છોકરાને સારો લાગે? એક વાર મારા લાંબા વાળમાં મમ્મીએ લાલ રીબન બાંધી ને લાલ કપડાં પહેરાવ્યાં હતાં. એક મહેમાન જમવા આવ્યા. એમણે પૂછ્યું, નંદુબાબુ તમારી બેબી કેવડી થઈ? બસ તે દિવસથી બંદાએ લાલ રંગ પર છેકો મારી દીધો અને બ્લુ રંગ પસંદ કરી લીધો. પપ્પા શું કહેતાં ખબર છે? મારો બેટો મર્દ થઈ ગયો મર્દ.'

સ્મરણોનું આલિંગન આહ્લાદક હોય એમ ક્ષિતિજનો ચહેરો હસતો હતો. અનેક સ્મરણોનું ટોળું ધક્કામુક્કી કરી ભીડ કરી રહ્યું. આ રહ્યો પેલો ભુલાયેલો પ્રસંગ – એ દેખાય પેલી સાવ નાની નજીવી વાત – ઘણે સમયે જૂના મિત્રોને મળતો હોય એમ ક્ષિતિજ બધી યાદો સાથે વહાલથી વાતો કરતો હતો.

'અને સ્કૂલમાં જવાનો હું શું ચોર હતો! બાપરે! મમ્મી ને ફોઈ તંગ આવી જતાં. ભેંકડો મારું જબરદસ્ત હથિયાર હતું. મમ્મી દૂધનો ગ્લાસ ભરીને પાય, પછી મમ્મીનાં સાડલા પર જ ઊલટી. મમ્મી વઢે તે પહેલાં જ લલકારીને સંગીતકારની જેમ રાગડાની ગત છેડી દઉં. ફોઈ તરત બચાવપક્ષનાં વકીલ તરીકે હાજર થઈ જતાં. પપ્પા સાક્ષી બનતાં. અને શી રંગત જામે! ટીંગાટોળી કરીને મને સ્કૂલ મુકવા જવાનો વરઘોડો નીકળતો એ જોવાનો લહાવો તો આડોશીપાડોશીયે ચૂકતા નહીં. ને દિવાળીમાં–'

ક્ષિતિજ ચૂપ થઈ ગયો. નીચું જોઈ પલંગની કિનારી પર આંગળી ઘસવા લાગ્યો.

વાતના રસના તાંતણે બંધાતી કાનુ તરત બોલી, 'દિવાળીમાં શું? કેમ ચૂપ થઈ ગયા?'

અવાજનો આકાર

'કંઈ નહીં કનુ. બાળપણની બધી મૂર્ખ જેવી વાતો તું સાંભળીને શું કરશે?' સ્મરણોની ફૂલ-પથારીમાંનો કાંટો ક્ષિતિજને ખૂંચ્યો, લોહીનો ટશિયો ફૂટ્યો.

'મને તો તમારી વાત સાંભળવી બહુ ગમે છે. કહોને? ચાપાણીનો ટાઇમ પણ હજી નથી થયો. બધાં સૂતાં છે.'

'એક આંધળાની નીરસ, ઢંગધડા વગરની વાતો તને ગમે છે કાનુ? કે પછી બનાવટ કરે છે?'

કાનુની આંગળીઓ અટકી ગઈ. 'શું કામ ન ગમે? રોજ સવારે મને થાય છે કે બપોર ક્યારે પડશે. હું ક્યારે કામથી પરવારું અને તમારી જોડે ખૂબ વાતો કરું. બનાવટ કરવામાં મને શું મળવાનું?'

ન માનતો હોય એમ ક્ષિતિજ કાનુ તરફ તાકી રહ્યો.

'દિવાળીની શી વાત કહેતા હતા?' કાનુના શબ્દોમાં આગ્રહનું વજન હતું.

'દિવાળીમાં ફટાકડાની મોટી સેર મોં પર ચોંટી ગઈ અને મારી આંખો ગઈ, કાનુ.' ક્ષિતિજનો ધ્રૂજતો સ્વર લથડી ગયો. 'પ્રકાશે મને સદાકાળનાં અંધારાની ભેટ ધરી એટલે જ દિવાળીને હું ધિક્કારું છું. બહાર ફટાકડા ફૂટે છે અને મને આંખોમાં લાહ્ય બળે છે.'

થોડી વાર તો કાનુને સમજાયું નહીં કે શું બોલવું. ગૂંથવાનું બાજુ પર ખસેડી એ ઊઠી અને ક્ષિતિજની પાસે આવવા લાગી. પણ વચ્ચે જ એ થંભી ગઈ. એનું હાસ્યથી ઊભરાતું મોં ખિન્ન હતું. સ્થિર આંખે એ ક્ષિતિજને તાકી રહી. પછી ઝાંઝર સંભાળતી ફરી એ બેસી ગઈ.

'કેમ ગૂંથવાનું બંધ કરી દીધું કાનુ?'

ક્ષિતિજ જોતો હોય એમ કાનુએ હસવાનો પ્રયત્ન કર્યો, 'હમણાં ટેવ નથી એટલે આંગળીઓ દુખે છે.'

'જરા વાર આરામ કરી લે કાનુ. આખો દિવસ તને જરાય ફુરસદ નથી મળતી. જા થોડી વાર સૂઈજા. બરાબર જમી છે ને!'

કાનુનું દિલ ભરાઈ ગયું. ક્ષિતિજને કેટલો ખ્યાલ હતો? કોઈ આટલી લાગણીથી પોતાને માટે વિચારે એ અનુભવ જ અનોખો હતો. કોણે આટલો સ્નેહ કર્યો હતો એને!

કાનુ ચમકી ગઈ, ઓ ઈશ્વર! કેવા હલકા વિચારો! ક્ષિતિજ કેટલો સ્નેહાળ અને કેટલો નિર્દોષ! બળ કરીને એ મોટેથી હસી પડી.

'આ નિરાંતે તો બેઠી છું. માણસ સૂવે તે જ આરામ કહેવાય? પણ એક વાત પૂછું?' કાનુથી બોલાઈ ગયું.

'હં!' ક્ષિતિજે ઊંચું જોયું. વિષાદની લિપિ હજી ભૂંસાઈ નહોતી.

'હું આવી છું ત્યારથી જોઉં છું તમારે કોઈ દોસ્તો નથી? આજુબાજુના, તમારી સ્કૂલમાં જૂના મિત્રો જે તમારી જોડે વાતો કરે, બેસે ઊઠે? ખોટું તો નથી લાગ્યું ને? મા ને ફોઈ બહુ વહાલ કરે તોય પુરુષ માણસને એની ઉંમરના ભાઈબંધ હોય તો કેવું ગમે?'

'તારી વાત ખરી કાનુ. પણ એ માટે હવે બહુ મોડું થઈ ગયું છે.'

"લે, શેનું મોડું થઈ ગ્યું?" કાનુએ ગૂંથવાનું ફરી હાથમાં લીધું.

'ઘણાં દોસ્તો હતા, કાનુ. ઍક્સિડન્ટ થયો. બધાં અવારનવાર મારી પાસે આવતાં. બહારની દુનિયાની વાતો થતી. મારી એકલતાની જેલના સળિયા વચ્ચેથી એમની વાતોનો લહેર વહી આવતી. મારું મન પ્રફુલ્લ થઈ જતું પણ જેમ જેમ હું મોટો થતો ગયો તેમ તેમ અંધાપાના કીડાએ મારી આજુબાજુ મજબૂત રેશમનો કોશેટો વણી દીધો. હું મારો જ કેદી બની ગયો. ઊગતી યુવાનીમાં મિત્રો ઘોડાની જેમ થનગનતા હતા, ત્યારે એમના ખભે એક અંધનો બોજ વજનદાર બનતો હતો. એટલે સ્વાભાવિક છે કે નક્કામો બોજ ફેંકી સૌ આગળ દોડી ગયા.'

'માડીરે! તમારા દોસ્તોને હું તો સ્વાર્થી જ ગણું.' કાનુના સ્વરમાં નારાજગી હતી.

'ના કાનુ, એમનો કોઈ દોષ હું જોતો નથી. એ લોકો મારી પાસે આવતા ત્યારે એમની પાસે અવનવી વાતો હતી. મારે પક્ષે એમને આપવા જેવું કશું નહોતું. મિત્રતા ટકાવવામાં મારે પણ ફાળો તો આપવો જ જોઈએ ને! તોપણ મેં કંઈ કર્યું નહીં. ઘરમાં જ લાકડાના ઠૂંઠાની જેમ બેસી રહ્યો.'

કાનુના હાથ થંભેલા હતા, દૃષ્ટિ સ્થિર હતી. ક્ષિતિજને એ નવી રીતે ઓળખતી હતી.

'હું એમની સાથે બહાર જતાં ડરતો. બહારનાં વિશ્વ સાથે મારી દૃષ્ટિનો સેતુ તૂટી ગયો હતો. મને થતું હું જાણે એક નાનકડા ઉજ્જડ ટાપુ પર એકલો પડી ગયો છું. જિંદગી મારે મન અનેક અજાણ્યા ભયથી ભરેલી હતી. ધીમે ધીમે સૌએ મને છોડી દીધો. હવે મારા એ ઉજ્જડ ટાપુ પર કોઈનાં પગલાં થાય એવી ગાંડી આશાએ કાન માંડીને બેઠો છું.'

'તમારી વાત નથી ગળે ઊતરતી તોય મને જાણે કાંઈક સમજાય છે એવું લાગે છે. હુંય કોઈ વિચિત્ર બલાની જેમ ઊંધીસુંધી વાત કરું છું એમ તો તમને નથી લાગતું ને!' કાનુ હસી પડી. એના હાસ્યે વાતાવરણમાંનો ભારેખમપણાનો થોડો બોજ ઊંચકી લીધો છે એવું લાગતાં એ ફરી હસી પડી.

'કાનુ, એક વાત કહું? મને તારી ઈર્ષ્યા આવે છે.'

'ઈર્ષ્યા? મારી? લે કર વાત.'

'હા. તારી અને તારા હાસ્યની. તું માનશે બેત્રણ કલાક બેસીને નિરાંતે આટલી વાતોય મેં કેટલે વર્ષે કરી હશે.' ક્ષિતિજ પણ ધીમે ધીમે હળવો થતો હતો. હવામાં ઊડતા પીંછાની જેમ મન હલકું થવા માંડ્યું.

'તમારા ઘરમાં તો આટલા લોકો છે. કોઈ તમારું દોસ્ત ન થયું?'

'કાનુ, જે ખુદ બહારનાં વિશ્વમાં નથી જતાં તે મને શું દોરી જવાના? જ્યારે નવેસરથી આજની વાતને ફેરવી ફેરવીને તપાસું છું, ત્યારે મને મારો દોષ વિશેષ લાગે છે. એકલતા નામનું એક બિલાડીનું બચ્ચું મેં પાળી રાખ્યું હતું. પાળીપોષીને મેં એને મોટું કર્યું અને હવે એ વિકરાળ જંગલી બિલાડો બની મારી જ છાતી પર ચડી બેઠો છે.'

ક્ષિતિજ લાંબો થઈને પલંગમાં પડ્યો. ઓશીકું એની આંખોની ભિનાશને ચૂસતું રહ્યું.

કાનુનું મન ભારે થઈ ગયું.

'હુંયે જુઓને આડીઅવળી વાતો કરું છું! અરે હા, મેં ગયે અઠવાડિયે જ એક ફિલ્મ જોઈ. ફર્સ્ટ ક્લાસ હતી એની વાર્તા કરું?'

'ના રહેવા દે મને બનાવવાની તારી તરકીબો. સારું થયું તેં આ બધી વાતો કરી. મનનાં ભંડકિયામાં આ વાતો, આ દર્દ, બધું સડી ગયું હતું. આજે બધું ઊંચકીને ફગાવી દીધું. થૅંક્યુ કાનુ.'

કાનુ ખડખડાટ હસી પડી. ક્ષિતિજે એ મૂડ પારખ્યો હોય એમ એ પણ હસવા લાગ્યો.

'કેમ શું થયું કાનુ?'

કાનુ મોંએ હાથ દીધો હોય એમ ચૂપ થઈ ગઈ.

બારણામાં ઊભાં ઊભાં સુમીફોઈ એને પૂછતાં હતાં. કાનુ ગુનેગારની જેમ નીચું જોઈ ગઈ.

'એ તો ફોઈ, કાનુ મને વાર્તા કરતી હતી. હસવાનું આવ્યું કે પછી કાનુ હસ્યા વિના રહે? જુઓ હજીયે હસે છે ને?'

'હારે કાનુ મઝાનું હસે છે.' ધીમેથી સુમીફોઈ બોલ્યાં અને કાનુ સામે જોઈને ચાલી ગયાં.

'કાનુ! શું વિચારમાં પડી ગઈ?'

કાનુ ક્ષિતિજના અવાજથી ચમકી ગઈ. ક્ષિતિજ જાણે પોતાને ટીકી ટીકીને જોઈ રહ્યો છે. કાનુનાં રૂંવાડાં ઊભાં થઈ ગયાં. ગૂંથવાનું વીંટી લઈ એ ઊભી થઈ.

'બધાં ઊઠી ગયાં છે. ચહા કરી લઉં ત્યાં સાંજની રસોઈનો સમય થશે.'

'કાનુ, તારી વાત તેં ન કરી?'

'મારી વાત?' સામે સાપ ફેણ ચડાવીને બેઠો હોય એમ કાનુ થીજી ગઈ.

'હં તારી વાત! મેં તો મારી ઘણી બડબડ કરી. હવે તું તો કંઈ કહે.'

'મારી તે વળી શી વાત હોય!' સુક્કા હોઠ પર જીભ ફેરવી કાનુ જવા લાગી.

'કેમ વળી માણસ હોય, એટલે માણસની વાત પણ હોય. તું શું ભણી? તારું ઘર ક્યાં? ઘરમાં તમે કેટલા? તમારી ફેમિલી લાઇફ કેવી છે? એવું બધું.'

લોહીનું બુંદેબુંદ ઊડી ગયું હોય એમ કાનુ છેક ફિક્કી પડી ગઈ. પોતાની વાત – પોતાની બધી વાત – બરફની પાટમાં દાટી લીધી હોય એમ શરીર બહેરું થઈ ગયું. એના મને ટકોર કરી ક્ષિતિજ ચતુર છે, આંખોવાળા માણસ કરતાંય એ વધુ જુએ છે. એણે જાત સંભાળી.

'લો વળી મારા જેવા ગરીબનાં જીવનમાં શી વાતો હોય! ઘરમાં હું, મા ને ભાઈ બસ અમે જ છીએ. ખાઈએ પીએ ને લહેર કરીએ.'

* * *

'આજે તો તને પૂરી જ રાખું હલકટ.'

'ભૂખ લાગી છે.' ગોઠણમાં માથું ખોસી કાનુ ડૂસકે ડૂસકે રડતી હતી.

'જા રસ્તે ભીખ માગીને ખા.' શક્તિશાળી હાથોએ કાનુને ઊંચકી રસ્તા પર એના દેહને ફેંક્યો.

કાનુ પડતી આખડતી દોડી. ઘણું બારણું ધબધબાવ્યું. અંદર શાંતિ પછી ખડખડાટ હસવાના અવાજ – તપેલીનો રણકાર – બહાર ભેંકાર રાત – ધોધમાર વરસાદ.

* * *

'પાંચ મિનિટ તો બેસ કાનુ.'

'ના ના! જોયું નહીં, મમ્મી ને ફોઈ ચાની રાહ જુએ છે!'

ધીમે પગલે કાનુ ત્યાંથી ચાલી ગઈ. ક્ષિતિજ સ્થિર બેસી રહ્યો. કાનુનાં પગલાં તો ઊછળતાં, કૂદતાં હોય અને આ પગલાં.....

* * *

'કાનુ. રસોઈ એક્સલન્ટ.' નંદુબાબુ મજેથી જમતા હતા.

કોઈએ સૂર ન પુરાવ્યો. સહુ શાંતિથી જમતાં રહ્યાં. છેલ્લો ભાત પીરસી કાનુ રસોડામાં ખાવાનું ઢાંકતી હતી.

નંદુબાબુ માથું ગોળગોળ ધુણાવતા કર્નલને ચેસમાં કઈ ચાલથી હરાવ્યા એનું રસીક વર્ણન કરતા હતા. સુધાબહેનની કેડ દુખતી હતી. એમનો જીવ એમાં હતો. સુમીફોઈ ક્ષિતિજ માટે લાવેલી નવી ચોપડી બતાવવા અધીરાં થતાં હતાં.

બારણાંની ઘંટડી વાગી.

સુધાબહેને બારણું ખોલ્યું.

'આવું કે?'

મંત્રેલું પાણી છાંટ્યું હોય એમ સૌ ચમકીને થીજી ગયાં. જાણે અચાનક ફેંકાયેલી અવાજની જાળમાં સૌ માછલીની જેમ સપડાઈને તરફડવા લાગ્યાં.

નંદુબાબુ હાથમાંનો કોળિયો થાળીમાં ફેંકી ઊભા થઈ ગયા. સુમીફોઈ નીચું જોઈ ઝડપથી ભાત મોંમાં ખોસવા માંડ્યા. ક્ષિતિજે હાથ ધોઈ નાંખ્યા.

એક પ્રૌઢ જાજરમાન સ્ત્રી દીવાનખંડમાં દાખલ થઈ.

અને એ જ સમયે પાણીનો જગ લઈ દીવાનખંડમાં દાખલ થવા જતી કાનુ ભયની મારી પીઠ ફેરવીને સીધી રસોડામાં ઝડપથી પાછી આવી નોકરને કહી દીધું :

'પાણી લઈને બહાર જા. હું...હું...ઘરે જાઉં છું. મને ઠીક નથી.'

અને પાછળ એક નજર કર્યા વિના કાનુ બંગલાની બહાર દોડી ગઈ. રસ્તા પર આવી એ ઘડીક શ્વાસ ખાવા થોભી. એના મનમાં એક જ પ્રશ્ન વમળનાં પાણી જેમ ઘૂમરી ખાતો હતો – અરે આ લલિતા વળી અહીં ક્યાંથી ફૂટી નીકળી? મને ઓળખી જશે તો?

અવાજનો આકાર

૫

એ જાજરમાન સ્ત્રી ધમધમ લાંબાં ડગલાં ભરતી દીવાનખંડમાં આવીને વચ્ચે જ ઊભી રહી. ગોળ પતિકાં જેવા ચહેરાના ચીબા નાક પરની ભારે ફ્રેઈમના જાડા કાચમાંથી ઝીણી લાગતી આંખો ચકળવકળ ફર્યા કરતી હતી. પોતાની શેહના વજન નીચે સૌ દબાયા હતા એ જોઈ એને પરમસંતોષ થયો હોય એમ 'કેમ છો બધા?' એવું બબડતી એ સોફામાં બેઠી.

એમની પાછળ પાછળ કરમાયેલા મોંએ સુધાબહેન આવીને સામે બેઠાં.

છેક છેલ્લે એક દુબળોપાતળો પુરુષ, જાણે હમણાં જ પડી જવાશે એવી દહેશતથી ધીમે જોઈ જોઈને ડગલાં ભરતો આવ્યો. બધાંની સામે જોઈ જરા વેખલું હે હે હે એવું હસી ખુરશીની કિનારે ઊભડક બેઠો.

સૌથી પહેલાં સુમીફોઈ સ્વસ્થ થયાં.

'કેમ લલિતામાસી? આજે તો ઘણે વખતે અમારી ખબર કાઢી?'

'મને તો ઘણે વખતે ફુરસદ મળી પણ તમને કોઈને ટાઇમ છે મારી ખબર કાઢવાનો?' લલિતામાસી ગર્જ્યાં. જાડાં ભવાં ઉપર ચડી ગયાં.

'એવું શું બોલતા હશે માસી? અમને કંઈ તમારી પર લાગણી નથી એવું થોડું છે! આ તો હમણાં કંઈ ને કંઈ કામ રહે છે ને વળી તબિયત જરા નરમગરમ રહ્યા કરે.'

'કોની?' સરી ગયેલા ચશ્માં ઠીક કરતાં લલિતામાસી ફરી ગરજ્યાં.

સુધાબહેને મોં પર સ્મિત ચોંટાડ્યું 'અં...એમની સ્તો.'

વધસ્તંભે બકરો ધરી દીધો હોય એવી ગભરામણ નંદુબાબુને થઈ ગઈ. અરેત્તારી! સુધા પણ ખરી છે.

'નંદુની? તે એને શું થયું છે વળી? મને તો એવો ને એવો તગડો દેખાય છે.'

જાણે લલિતામાસીની આંખ પોતાના શરીરનો એક્સ-રે કાઢતી હોય એમ નંદુબાબુ ડરીને સંકોડાઈ ગયાં.

પહેલું જુઠ્ઠું ખુલ્લું પડી ન જાય તેથી બીજા જુઠ્ઠાનો એને ટેકો સુધાબહેને આપ્યો. 'હે-એ-એ શું માસી. આ અમથું જરા શરદી ઉધરસ-'

'બસ બસ હવે.' લલિતામાસીએ કાતર જેવી જીભથી ફટ દઈને વાત કાપી. 'એ તો નંદુ આખો દિવસ નવરો ધૂપ બેસી રહે એટલે આળસ અને સુસ્તી. બાકી તારી ઉંમરના માણસ હજી કેટલા કલાક કામ કરતા હોય છે જરા જો.'

ક્ષિતિજ માટે આ આખી વાત અસહ્ય હતી. માસી ગમે તે કહેતા. સૌ ભીની માટીની જેમ અંદર જીરવી જતાં. કોઈ કંઈ ન બોલ્યું એટલે હોઠ કરડીને એ ચૂપ બેસી રહ્યો. આમ પણ ક્યારેય, કોઈ પણ લલિતામાસીની સામે બોલવાની હિંમત ક્યારે કરી શકતા?

નંદુબાબુ વિલાઈ ગયા. આજે તો લલિતામાસી પહેલેથી જ લડાયક મૂડમાં આવ્યાં હતાં.

સુમીફોઈ ભાઈની વહારે ધાયાં. 'બેસી રહે છે તે શું થયું? આજના જમાનામાં, એમની ઉંમરના માણસને કામ મળવું સહેલું થોડું છે? પહેલાં નોકરી હતી ત્યારે કામ કરતા હતા ને? ને ખરું પૂછો તો કામ હવે ન કરે તોય ખાસ વાંધો નહીં આવે.'

લલીતામાસી ઔર ભભૂક્યાં. બોલતાં બોલતાં ગળાની નસો ફૂલી ગઈ.

'હા હા તારા પૈસાની ગરમી છે તે ખબર છે. ઉડાવો બધાં. પણ બેઠાં બેઠાં ખાધે કુબેરના ભંડાર પણ ખૂટી જાય છે. તારા પાંચ-પચીસ હજારનો શો હિસાબ?'

સુધાબહેને હોઠ પીસ્યાં. ઓહ! કેટલી હલકટ આ સ્ત્રી હતી! આ ઈશ્વર પણ જુઓ તો ખરા. ગમે તેને ત્યાં પૈસાનો ઢગલો કરી દે છે. અગર જો લલિતામાસી પાસે ફૂટી કોડી ન હોત તો કોઈ એની સાથે સંબંધ ન રાખત. રખડી રખડીને મરત. અહા! એ કલ્પના કેટલી આહ્લાદક છે! સાલ્લી એ જ લાગની.

સુધાબહેને નિઃશ્વાસ મૂક્યો, પણ એવું થવાનાં કોઈ ચિહ્ન નહોતાં દેખાતાં. લલીતામાસી પાસે પૈસાએ જમાવટ કરી હતી. માસી મરી જાય એવું પણ નજીકના ભવિષ્યમાં તો દેખાતું નહોતું. લલિતામાસી રાતી રાયણ જેવાં હતાં. શરીરને કાચનાં વાસણની જેમ સાચવતાં. ખાણીપીણી, રહેણીકરણી બધું જ નિયમિત. આ શું મરવાની હતી! હજી બીજાં પંદર વર્ષ ખાસ્સાં અમારા સૌનું લોહી બેઠી બેઠી ચૂસશે. દૂધ પીને બિલાડી હોઠ ચાટે એમ. લોહી પીને આનંદથી એ પોતાના હોઠ ચાટે એવી હતી! બિલાડી, સાડીસાત વાર બિલાડી.

'કેમ સુધા ખરી વાતને!'

બિલાડી હોઠ ચાટતી હતી. પૂછતી હતી, જાણે ધીમું ધીમું ઘૂરકતી હતી.

'શું? શેની વાત?'

હો હો હો કરતાં લલિતામાસી મોટેથી હસ્યાં. જાણે ધડધડાટ કરતો પાણીનો નળ આવ્યો. 'તને વળી આ નંદુ જેવો રોગ ક્યાંથી લાગુ પડ્યો?'

બિલાડી જાણે ધીમી પૂછડી હલાવી મ્યાઉં મ્યાઉં કરતી હતી. સુધાબહેન હોઠ દબાવી હસવું ગળે ઉતારી ગયાં.

'શેનો રોગ?' સુધાબહેનને થયું લલિતામાસીને બિલાડી તરીકે કલ્પ્યા પછી વાતમાં મજા પડવા માંડી હતી.

'વાત કંઈક ચાલતી હોય અને વિચાર કંઈક બીજા, ભઈ, એવી આદત મોટા માણસને પાલવે. આપણા જેવા સામાન્ય માણસને શું?'

લલિતામાસીના ટાઢા ડામથી નંદુબાબુ દાઝ્યા. 'સામાન્ય એટલે તમે શું કહેવા માંગો છો માસી! જેવો છું તેવો છું. હવે પચાસ વર્ષની ઉંમરે એવરેસ્ટ શિખર ચડવા જાઉં? કે નર્મદાતરણ સ્પર્ધામાં ભાગ લઉં? અસામાન્ય એટલે શું?'

'જો નંદુ, જુવાન હતો ત્યારેય કંઈ તેં અસામાન્ય થવાના લક્ષણ નથી દેખાડ્યાં તો હવે શું? કંઈ નહીં તો આછીપાતળી નોકરી તો કર.'

બધુંય દૂધ ચાટી, સંતોષથી બિલાડી હોઠ ચાટતી, ખાલી વાસણ જોયા કરે એવી લલિતામાસીની આંખો ચળકતી હતી. સુધાબહેનના મનમાં એ જ ચક્કર ચાલતું હતું. એક વાર, બસ એક વાર આ લલિતાનું મોં દયામણું બને, વિલાયેલું બને, તો મજા પડી જાય.

સુધાબહેનની નજરના સાણસામાં, ખુરશીને ચીટકીને જંતુની જેમ બેઠેલો લલિતામાસીનો વર સપડાયો. હં, નામ તો હતું કમળાશંકર. પણ ઘણા એને કમળા કહીને મજાક ઉડાવતા. પણ સુધાબહેનનો મિજાજ અત્યારે વિફરેલો હતો. કમળાશંકરને સ્ત્રીલિંગ તરીકે સંબોધવામાં સ્ત્રીજાતિનું અપમાન લાગ્યું. બિચ્ચારો પહેલેથી જ દબાઈ ગયો હતો. આ લલિતા બિલાડીએ એક જ પંજાની ચોટ વડે એને અધમૂઓ ઉંદર કરી નાખ્યો હતો. લલિતામાસી ધમધમાટ કરતી બધે ઘૂમતી અને આ કમળાશંકર મહાશંકર ત્રિવેદી તેમની પાછળ ડગુમગુ ચાલતા.

'...હું તો એની ધમાલમાં પડી છું.' લલિતામાસી ધોધની જેમ ધડાધડ બોલતાં હતાં.

સુધાબહેને કમળાશંકરને પડતા મૂક્યા અને લલિતામાસીની વાત સાંભળવા માંડી.

'છૂટુંછવાયું કામ કરીએ એમાં ભલી વાર નહીં. મંડળ જોઈએ. સંસ્થા હોય તો જ વ્યવસ્થા અને શિસ્ત જળવાય. એટલે થોડા વખત ઉપર જ જીવદયા ધર્મરક્ષક મંડળીની અમે સ્થાપના કરી. મંડળ રજિસ્ટર્ડ છે.'

'ઘણું સરસ.' નંદુબાબુએ તાલ પર હાથ ફેરવી ગોળમટોળ ડોકું આદત મુજબ હલાવ્યું. પછી બગાસું ખાઈ, ધોતિયાનો છેડો હાથમાં લઈ વળ ચડાવતાં પગ ઉપર લઈ પલાંઠી વાળીને બેઠા.

લલિતામાસીએ એક અણગમાની નજર તે તરફ નાંખી પોતાની વાત ચાલુ રાખી.

'તમે માનશો? કોઈ પોપટ પાળે તોય તરત અમે વિરોધની નોટિસ

અવાજનો આકાર

મોકલીએ છીએ, બિચ્ચારાં વહાલાં પક્ષીઓ!"

આખરે પહેલી વાર કમળાશંકર ઊંચાનીચા થયા અને પત્નીની વાત જોડે સંગત કરી. 'તમારા માસીની વાત ખરી છે. વિરોધની નોટિસો હું જ લખું છું અને તેય સાહિત્યિક ભાષામાં.'

અરેત્તારી! ઉંદર હજી મરી નથી ગયો? સુધાબહેનને ખડખડાટ હસવાનું મન થયું. અરે બાઈ, પહેલાં તારી કમળા પર જ દયા લાવ ને!

સૌ વાતમાં મશગૂલ હતાં. ક્ષિતિજે એક સરસ ઊંઘ ખેંચી કાઢી. લલિતામાસી તેની ઉટપટાંગ વાતો, લુલુ બોલતો એનો વર – ક્ષિતિજને સખત નફરત થઈ આવતી. જાણે વાતોનાં અજીર્ણથી ઊલટી થઈ જશે. એ ચૂપ જ રહેતો. આજે આ મંડળી તો કાલે સ્થાપશે નારી ઉદ્ધારક મહિલા સમાજ, ઝૂંપડપટ્ટીની સફાઈ ...વાતો...વાતો...વાતો... લલિતામાસી જાણે વાતોનો પટારો કમળાશંકરને માથે ઊંચકાવીને આવતાં. પટારો ખોલીને બેસતા. બસ, પછી એક પછી એક...નાની મોટી...સારી કદરૂપી વાતો અંદરથી કાઢ્યા જ કરતા. લલિતામાસી આવતાં ને એની અવાજોની દુનિયામાં હલચલ મચી જતી. ઉપરાઉપરી...સનનન...ધાંય...ધાંય... મશીનગનમાંથી સતત થતી ગોળીઓની વર્ષા જેવી અણીદાર વાતોથી એ વીંધાતો રહેતો.

'પરમ દિવસે જ કાર્યવાહીની મિટિંગ હતી. તે દિવસનું મારું ભાષણ–શું જોરદાર હતું.'

વાતોનો સતત ધોધ! ક્ષિતિજનાં કાન બહેરા થઈ ગયા. એને થયું કોઈ બે શક્તિશાળી હાથ આનું ગળું ઘોંટી દે. મોટા મોટા પથ્થરો વડે ધોધનું મૂળ જ બંધ કરી દે!

'કરેક્ટ,' કમળાશંકરે ભક્તિભાવથી ભગવાનને અર્ઘ્ય ચડાવતા હોય એમ પત્ની સામે જોઈને કહ્યું. લલિતામાસીએ કંજૂસની જેમ સાચવી રાખેલી, ક્વચિત જ વપરાતી એવી સ્નેહભરી નજર પતિ તરફ નાખી.

નંદુબાબુ ધોતિયાને વળ ચડાવતા હતા, જોડે તાલબદ્ધ રીતે તાલિયું માથું ગોળ ગોળ ફરતું હતું. બે હાથ વડે પતિનું ચકરડીની જેમ ગોળ ફરતું માથું બંધ કરી દેવાય તો કેવું સારું! સુધાબહેનને પતિની આ આદત પર સૂગ હતી.

લલિતામાસીની વાતોનો ધોધ ગાજતો હતો.

એક જ સ્થિતિમાં બેસી સુમીફોઈ કંટાળી ગયાં. એમણે પગ બદલ્યા.

'–આ એક મહાન સેવાનું કામ.'

સુમીફોઈએ ઘૂંટણ દબાવ્યા. અવારનવાર સાંધામાં હમણાં કળતર થતું.

આ લલિતામાસી! લલિતાડી! નાનપણથી જ અવ્વલ નંબરની દુશ્મન હતી.

પોતાનાથી ઉંમરમાં મોટી. જ્યારે પણ એ પોતાનાં બા-બાપુજી જોડે ઘરે મળવા આવતી ત્યારે વડીલો વાતોમાં મશગૂલ બનતા અને લલિતા અચાનક પોતાને રૂમનાં બારણાં પાછળ ઢસડી જઈ, ચૂંટલો ભરી, બધી ચૉકલેટ

ખિસ્સામાંથી કાઢી લેતી. એક તો ઉંમરમાં મોટી ને પછી હેડંબા જેવી બળુકી, એટલે મોટેથી કહી દેવાની સુમીની હિંમત ન ચાલતી. જેટલી વાર એનાં માબાપ બેસતાં તેટલી વાર આ લલિતા એનાં રમકડાં પર કબજો જમાવતી સગપણની અઘરી ગલીકુંચી વટાવી લલિતા પોતાની માસી બની બેઠી હતી. એ અપ્રાપ્ય બિરુદનો અધિકાર ભોગવવાનું એ ક્યારેય ચૂકતી નહિ.

'જો સુમી અમારા મંડળને તારી ખાસ જરૂર છે. તને કમિટી પર લેવાની પ્રપોઝલ પણ મેં મૂકી દીધી છે.'

'મને?' આનાથી વધુ આઘાતજનક સમાચાર બીજાં શું હોય! 'મને શું ખબર પડે?'

'ન કેમ પડે? તારા જેવી ચાલાક, ધગશવાળી સ્ત્રીની જ અમારે જરૂર છે. તારે ખાસ કરીને મારા હાથ નીચે જ કામ કરવાનું રહેશે.'

'ચાલ સુમી, બગીચામાંથી પેલું ફૂલ તોડી મને આપી દે.' લલિતા નાનકડી અબૂધ સુમીને ધમકાવતી હતી. 'ને જો બા વઢે તો કહેવાનું નહીં કે લલિતાએ મંગાવ્યું છે. કહેવાનું કે મેં જ તોડ્યું છે હોં!'

ફ્રૉક નીચે સંતાડી ડરતી સુમી ફૂલ લઈ આવતી. લલિતા ઝૂંટવી લેતી. 'જા ભાગી જા હવે.'

'હા હા. એમાં નવાઈ શું પામે છે? કામ કરવામાં તો તું એક્કો છે.'

'ચાલ સુમી, મારા ફ્રૉકને ઇસ્ત્રી કરી દે. વાહ તને તો બહુ સરસ આવડે છે ને. ડાહી મારી સુમી.'

સુમીફ઼ોઈએ એક નિશ્વાસ મૂક્યો. લલિતાનો અનુભવ પોતાને ક્યાં ઓછો હતો? એ છોડશે? 'સારું' એટલું જ એ બોલી શક્યાં.

'નંદુ, તું પણ મંડળમાં આવે તો ખોટું નથી.' લલિતામાસીએ બંદૂક બીજા શિકાર પર ફેરવી.

નંદુબાબુ ગભરાઈ ગયા. ધોતિયાને વળ ઝડપથી ચડવા લાગ્યો. 'ના રે માસી. મને – મારું ગજું નહીં.'

'શું તુંય તે નંદુ. સ્ત્રીઓ જોડે રહેવું ને એનાથી ભાગવું તે કેમ ચાલે! જો આ મારા હસબન્ડ કમળાશંકર. અમારી સાથે કામ કરે જ છે ને!' મહેરબાનીની રાહે લલિતામાસીની નજર પતિ પર પડી. કમળાશંકરને તો ધન ઘડી ધન ભાગ્ય થઈ ગયા.

કમળાશંકર.

કમળાશંકર મહાશંકર, મહાશંકર જટાશંકર ત્રિવેદી.

નંદુબાબુએ ધોતિયાનો વળ ઉખેડી નવેસરથી ચડાવવાનો શરૂ કર્યો.

અસ્સલમાં તો લલિતમાસીના બાપનો મૅનેજર પણ બરાબર ગોઠવાઈ ગયો. ગાડી...બંગલા...નોકરચાકર...એશઆરામ...પહેલેથી જ હજુરિયો હાજી હા કરતાંય ક્યાંય ઘૂસી ગયો! પહેલાં વાત જરા જુદી રીતે થયેલી. લલિતામાસીના

બાપની ઇચ્છા તો પોતાની સાથે લલિતાનાં લગ્ન કરવાની. સગપણ ખાસ નજીકનું નહીં તેથી પોતાના બાપુજીને પણ વાંધો નહીં પણ જ્યારે પોતાને ખબર પડી કે ફડકનો માર્યો ઠેઠ કલકત્તા નાસી ગયેલો! આ જમ જેવું બૈરું પોતાને ગળે! અંતે બાપુજીએ ખાતરી આપી કે કોઈ કાળે લલિતા જોડે લગ્ન નહીં જ થાય, ત્યારે જ ઘરમાં પગ મૂક્યો. જ્યારે જ્યારે નંદુબાબુ લલિતામાસીને જોતાં, ત્યારે મનમાં ઠંડક થતી. હાશ બચી ગયો.

કમળાશંકરને જોતાં નંદુબાબુને બહુ રમૂજ પડી. લલિતામાસી સ્મિતનો ટુકડો ફેંકે એટલે કમળાશંકર, કૂતરો માંસ લેવા કૂદકો મારે એમ કૂદતો પૂંછડી પટપટાવતો – લલિતામાસીનો વફાદાર મૂક સેવક.

'બોલ નંદુ આવશે ને?' લલિતામાસીએ ડોક લાંબી કરી પૂછ્યું.

'ના માસી. મહેરબાની. મારું એ કામ નહીં. સુમી જ ઠીક છે. એક સાથે આટલાં બૈરાનું ટોળું જોઈને જ મને તો તાવ ચડી જાય, એ કામ કોઈ રંગીલાનું કે ભગતનું. હું બેમાંથી એકે નથી. કમળાશંકર તો ઓલિયા માણસ છે.'

આ ઉંદર તે વળી ઓલિયો! ધુતારો જ. વર, મૅનેજર, નોકર, કમિટી મેમ્બર, શોફર, એકાઉન્ટન્ટ – બધું એકમાં. જાણે ઇન્સ્યોરન્સની પૅકેજ પૉલિસી. સુધાબહેનને થયું આ તો મોટેથી બોલવું જોઈએ.

સુમીફોઈ લલિતામાસી અને કમળાશંકર તરફ વારાફરતી જોઈ રહ્યાં. બેમાંથી કોણ ખાટ્યું ને કોણ ખોટમાં એ નક્કી કરવું મુશ્કેલ લાગ્યું. હસીને કહ્યું :

'બોલો માસી બહુ વાતો કરી. શું લેશો ચહા કે કૉફી?'

'ના કંઈ નહીં, જમીને જ નીકળ્યાં. અમે ગયાં હતાં અનાથાશ્રમમાં મીઠાઈ આપવા. મને થયું ઘરે જતાં બધાંને મળતી જાઉં.'

'તમે કમળાશંકર?'

'ના હો. ઇચ્છા જ નથી.' કમળાશંકર પત્ની સામે જોઈ હસ્યા. 'અમે ઘરેથી જમીને નીકળ્યાં છીએ.'

સાવ બાયલો. બૈરી ન પીએ તો તારાથી કંઈ પિવાય? નંદુબાબુએ ધોતિયાનો વળ ધીમે ધીમે ઉતારવા માંડ્યો.

'કૉફી ચાલશે. કાનુને કહી દઉં કૉફી મૂકે.' સુમીફોઈ ઊઠ્યાં.

'કાનુ કોણ?'

'કામ કરવા નવી છોકરી રહી છે.'

'કાનુ તો ક્યારની ઘરે ગઈ. નોકરે હમણાં જ કહ્યું.' સુધાબહેને કહ્યું.

'તો હું બનાવું.'

ક્ષિતિજે હાથ નીચે રાખી, ઘડિયાળનો કાચ ખોલી, કાંટા પર આંગળીઓ ફેરવી. આજે કાનુ જરા વહેલી ઘરે ગઈ!

'ના ના સુમી રહેવા દે. અમે જઈએ જ છીએ. ચાલો ઊઠો.'

પત્નીના શબ્દો સંભળાતાં જ કમળાશંકર સ્પ્રિંગની જેમ કૂદીને ઊઠી ગયા.

હાશ. વાતોનો ધોધ શમ્યો. ક્ષિતિજે બેઠાબેઠા જ આવજોની વિધિ પતાવી દીધી.

નંદુબાબુના ધોતિયાનો વળ હવે સંપૂર્ણ છૂટી ગયો હતો. એ ઊઠ્યા. ખાલી ચડી ગઈ હતી. પગ જરા લાંબા ટૂંકા કર્યા. 'ચાલો, હું ગાડી સુધી આવું.' કહેતા કમળાશંકરની પાછળ બહાર આવ્યા.

માથું દાબતાં સુમીફોઈએ બૂમ પાડી દીધી. 'આવજો માસી.'

કમળાશંકરે પત્ની માટે કારનું બારણું ખોલ્યું અને પોતે વ્હીલની પાછળ બેઠા. કાર સ્ટાર્ટ કરી.

'હાશ, હવે છેક આવતે મહિને વાત ગઈ.' ક્ષિતિજ આળસ મરડી ઊભો થયો.

'જો તો ખરા ભાભી લલિતાડીનો જુલમ! એની કમિટીમાં મને શું વળી રસ!'

'હારે આપણે કંઈ કમળાશંકર જેવા ઉંદર છીએ!' સુધાબહેને આખી વાતની પૂર્ણાહુતિ કરી દીધી.

લલિતામાસીએ કારની બારીમાંથી ડોકું બહાર કાઢ્યું. 'જો નંદુ, મેં તને કહ્યું તે પર વિચાર કરજે. સુમીને કહેજે ગેંગેંફેંફેં કરશે તે નહીં ચાલે.'

'લલિતામાસી–'

'હં' લલિતામાસીએ ડોકું અંદર ખેંચી લીધું. 'જલદી બોલ શું છે?'

'ના ના. કહેતો હતો મોડું થઈ ગયું છે. સંભાળીને જજો.'

નંદુબાબુ સ્તબ્ધ થઈ ગયા હતા. રસ્તાના ખૂણા પર માણસ ઊભો હતો. એ જ! ફરી અહીંયા! કાનુ તો વહેલી ચાલી ગઈ છે!

લલિતામાસીએ ડોકું બહાર કાઢેલું જોઈ એ ચમક્યો. ગભરાયો. પીઠ ફેરવી બાજુની મેંદીની વાડમાં ઘૂસી ગયો.

કાર ચાલી ગઈ, છતાં નંદુબાબુ આડી નજરે મેંદીની વાડને તાકતા ઊભા રહ્યા.

પેલો માણસ મેંદીની વાડમાંથી ઝપ દઈને બહાર નીકળ્યો અને પળવારમાં તો ત્યાંથી ગાયબ થઈ ગયો.

ટાલ પર હાથ ફેરવતાં નંદુબાબુ સૂમસામ અંધારા રસ્તાને તાકતા ઊભા રહ્યા. કોણ છે આ? લલિતામાસીથી કેમ ડરી ગયો?

એ ગભરાઈને જલદી ઘરમાં ચાલી ગયા.

૬

સુધાબહેન નંદુબાબુની નજીક સર્યાં.

'પછી તમે લલિતામાસીને પૂછી જોયું?'

નંદુબાબુએ ખેદથી ડોકું ધુણાવ્યું.

'લલિતામાસી એક અક્ષરેય ન બોલી? તમે ઠેઠ કાર સુધી મૂકવા ગયા હતા ને!' જવાબ પર સુધાબહેન ટાંપીને બેઠાં.

નંદુબાબુએ જોરથી ડોકું ઘુમાવીને ના પાડી.

'તમે પણ સાવ મોળા છો. વાત તમારે તો કાઢવી હતી? એ પોતે તો મોંમાં મગ ભરીને બેઠી છે.'

નંદુબાબુની નજર સામે અજાણ્યો પરિચિત ચહેરો દેખાઈ રહ્યો. ઝપ દઈને મેંદીની વાડમાં ઘૂસ્યો. એમણે કહ્યું :

'માસીએ કોઈ મોકો જ ન આપ્યો. તરત જ ઊપડી ગયાં બન્ને.'

'બિલાડી છે તદ્દન. આપણને ઉંદર-બિલાડીની રમત રમાડે છે.' સુધાબહેન નિષ્ફળ રોષથી બોલ્યાં.

કદાચ પહેલી જ વાર પત્નીની વાત જોડે સંમત થતા હોય એમ નંદુબાબુ બોલ્યા, 'બરાબર છે.'

પત્નીને આટલી નજીક જોઈ નંદુબાબુએ ઉમળકાથી સુધાબહેનનો હાથ પકડ્યો.

સુધાબહેન હાથ તરછોડી ચાલી ગયાં.

કડવું હસી નંદુબાબુએ સિગારેટ સળગાવી.

* * *

'એક વાત પૂછું તમને?'

કાનુએ અધૂરું સ્વેટર હાથમાં લીધું. ક્ષિતિજની સામેની ખુરશીમાં બેઠી.

'તારી કઈ વાતનો તને જવાબ નથી આપ્યો કાનુ? પહેલા એમ કરને મને ચા બનાવી આપશે?' કાનુની રાહ જ જોતો હોય એમ ક્ષિતિજ પથારીમાં બેઠો થઈ ગયો.

'ઊંઘ નથી ઊડતી કે? સારું, હમણાં આવી.' કાનુ ઊઠી.

'તારા માટે પણ લાવજે.'

કાનુ જલદી જવા લાગી.

'કેમ! મમ્મીને નહીં ગમે એમ લાગે છે ને તને?'

પકડાઈ ગઈ હોય એમ કાનુએ ખુલ્લા બારણા સામે જોઈ લીધું. પછી હસીને કહ્યું, 'નારે કેટલું મોડું જમી છું અને મેં તો લહેરથી ખૂબ ખાધું છે. હમણાં આવી હો!' ઝાંઝરનો રણકાર નાનો થતો થતો શમી ગયો.

ક્ષિતિજ ઊઠ્યો. કાનુએ મૂકેલું સ્વેટર ઊંચકી ખુરશીમાં બેઠો. એની આંગળીઓ મુલાયમ ઊન પર ફરતી રહી.

'ચા લઈ આવી?'

'એક આ મારા ઝાંઝર.' કાનુ મીઠું હસી પડી.

'જો રખે કાઢતી. એ તારા આગમનની છડી પોકારે છે એટલે મને ખૂબ ગમે છે. લાવ, અહીં જ આપી દે કપ.'

કાનુએ ચહાનો કપ ટ્રેમાંથી ઊંચકી ક્ષિતિજને આપ્યો. ક્ષિતિજની આંગળીઓનો સ્પર્શ થતાં જ એણે હાથ પાછો ખેંચી લીધો પણ તરત એને પસ્તાવો થયો. ક્ષિતિજ શું ધારશે?'

ક્ષિતિજ થોડું હસ્યો.

'તું આમાંથી થોડી ચા લેશે?'

'ખરું કહું છું મને જરાય ઇચ્છા નથી. પછી મમ્મી ને ફોઈ સાથે ચારેક વાગ્યે લઈશ.'

ક્ષિતિજ ગરમ ચાના ઘૂંટ ભરવા લાગ્યો.

કાનુ ઊભી ઊભી જ એને જોઈ રહી. કઈ ક્ષણે એણે ઘરમાં પગ મૂક્યો હતો! એક ગરીબ ઘરની સામાન્ય ભણેલી છોકરી માટે આ રૂપાળા ભોળા યુવકને કેટલી સહાનુભૂતિ હતી. માત્ર સહાનુભૂતિ!

કાનુ ચોંકી ગઈ. મનને વાર્યું. આવા વિચાર કરવા પણ પાપ ગણાય. એક અંધ યુવક, દિવસની નીરસ ક્ષણોને પોતાની જોડેની વાતોથી ભરતો હતો આટલું જ.

અને ધારો કે–કદાચ ક્ષિતિજના મનમાં ઊંડે ઊંડે મમતા હોય. એને ખબર પણ ન હોય એવા સ્નેહનાં અંકુર ફૂટ્યા હોય – કાનુ ધ્રૂજી ગઈ. એ ધીમે પગલે ક્ષિતિજના પલંગની કિનારીએ બેઠી.

એવું હોય તોપણ એ સદંતર અશક્ય હતું. પોતે શું હતી? એનું ઘર...એ ભયંકર દિવસો...ના ના – એ ભસ્માસૂર બની ગઈ હતી. જ્યાં હાથ મૂકતી ત્યાં બધું બળીને ભસ્મ થઈ જતું. એને કંઈ નહોતું જોઈતું. માત્ર ક્ષિતિજ સાથેની આ મૈત્રી મળે તોય ઘણું છે.

કાનુની આંખોમાં આછાં પાણી ચમકી ઊઠ્યાં. મનને નાથવાની કોશિશ કરી. ક્ષિતિજ ચાલાક હતો. મૌનને પણ આકાર હોય એમ એ સ્પર્શી શકતો. કાનુ મોટેથી હસી.

'બાપ રે, કેટલી ગરમ ચા પી ગયા! બપોરની ઊંઘ ઉડાડી મૂકી એના કરતા લાંબી ખેંચવી હતીને!'

'રાત્રે તો અઘોરીની જેમ ઘોરું જ છું ને! બોલ, તું શું કહેતી હતી?'

જે ઉત્સાહથી કાનુએ વાત માંડી હતી, એ ઉત્સાહ ઓસરવા માંડ્યો હતો.

'તમને ખોટું તો નહીં લાગે ને?'

'આડીતેડી વાત નહીં કર.'

'અંધલોકોની સ્કૂલમાં તમે કેમ નથી જતા?'

ક્ષિતિજ ટટ્ટાર થઈ ગયો.

'કાનુ.'

'મેં પહેલાં જ પૂછ્યું હતું ખોટું તો નહીં લાગે ને! મેં એવી સ્કૂલ જોઈ છે એટલે જ મને આ વિચાર આવ્યા કરતો હતો. એ લોકો ત્યાં ભણે છે, કામ કરતાં પણ શીખે છે અને તમે! તમને ઉદાસ અને એકલા બેઠેલા જોઉં છું ત્યારે મને ખૂબ દુ:ખ થાય છે. તમે તો ખૂબ જ ચાલાક છો. હોંશિયાર પણ છો. તમે ધારો તો ઘણું આગળ આવી શકો.'

ક્ષિતિજે આવી વાતની તો કલ્પના જ નહોતી કરી. નિશ્વાસ જેવા હલકા સૂરે એ બોલ્યો, 'તું ક્યાંથી જાણે કે હું આ ઘરમાંથી ભાગવા માટે કેટલો તલસું છું!'

'તો અહીંયા તમને શું જકડી રાખે છે?'

'તને નહીં સમજાય, કાનુ.'

'શા માટે ન સમજાય? મારી પાસે કૉલેજની ડિગ્રીઓ નથી એટલે? હું જોઉં છું, સાંભળું છું અને ઘણું ઘણું સમજી શકું છું. મેં ઘણી દુનિયા જોઈ છે, ક્ષિતિજ.'

ક્ષિતિજથી હસી પડાયું.

'કેમ રે! તારી ઉંમર પચાસ-સાઈઠની થઈ કે?'

'ઉંમર વધે તો જ ડહાપણ આવે એવું થોડું છે?'

'તું ફિલસૂફ છે એની તો મને ખબર જ નહીં. અચ્છા, તો તું શું સમજે છે કહે જોઉં!'

'એ જ કે આ ઘરના લોકો તમને બહારની દુનિયામાં જવા નથી દેતા. તમને ઘરમાં જ રાખી, રમકડાંની જેમ રમવા માગે છે.'

ધારદાર ખંજરની જેમ કાનુના શબ્દો આરપાર ઊતરી ગયા 'કાનુ.'

'મોટેથી બોલવાથી સત્યનો અવાજ ન સાંભળી શકાય એવું થોડું છે? અગર તમે એક વાર બહાર નીકળ્યા, ભણોગણો પછી તમે શું ચોવીસ કલાક ઘરમાં થોડા બેસી રહેવાના હતા! તો પછી આ બધા પ્રેમ કોને કરે! પાળેલો

પોપટ ઊડી જાય એ કોઈને ન પાલવે.'

ક્ષિતિજના ઘવાયેલા ચહેરા સામે નજર માંડી એ ઝનૂનથી બોલી ગઈ. એને પોતાને નવાઈ લાગી કે એણે આટલું શું કામ ઉશ્કેરાવું જોઈએ? એને અને ક્ષિતિજને શું? માંડ નોકરી મળી હતી. છૂટી જશે તો – લાલઘૂમ ડોળા અને હવામાં અધ્ધર તોળાયેલી સોટી–

હોઠ ભીડીને એ બેસી રહી. ટેબલ પર આંગળીથી નિરર્થક અવાજ કરતો ક્ષિતિજનો હાથ પકડી એ અવાજની ડોક મરડી નાંખવાનું એને મન થઈ ગયું.

બપોરની ડાળે શાંતિ પંખી બનીને ઝૂલતી હતી.

ક્ષિતિજ અકળાયો. 'કેમ ચૂપ થઈ ગઈ કાનુ?'

'હવે તમારે વિચારવાનું છે.' કાનુ સ્વસ્થ થઈ ગઈ હતી.

'હં હવે મારે વિચારવાનું છે. તેં ખરું કહ્યું કાનુ. કેટલા થોડા સમયમાં સંતાકૂકડી રમતાં સત્યને તેં શોધી કાઢ્યું. બધાંને એક રમકડું જોઈએ છીએ. જેને પંપાળી શકાય, બુચકારો બોલાવીને વહાલ કરી શકાય...'

'તો પછી શા માટે કહી દેતા નથી?'

'મેં ઘણી વાર એવો પ્રયત્ન કરી જોયો, પણ ખબર નહીં આ વાત નીકળતાં જ એકાએક સૌ પત્થર બની જાય છે.'

'ખરી વાત તો બીજી જ છે, ક્ષિતિજ. સ્નેહમાં ભીંજાઈને તમારું જ મન નિર્બળ બની ગયું છે. મમ્મી આંસુ પાડે એ આંસુમાં તમે છેક જ ઓગળી જાઓ છો, તમારું પોતાપણું બાકી ન રહે ત્યાં સુધી. તમને પોતાને પણ પાળેલા પોપટ બનવાનો આનંદ છે.' મન કઠણ કરીને કાનુ બોલી ગઈ.

'કાનુ' ક્ષિતિજ ચીસ પાડી ઊઠ્યો.

'પોતાની જાતને પોતાની આંખ સામે જ ઉઘાડી જોવી કોઈને પસંદ નથી.' સ્વેટર થેલીમાં મૂકતી કાનુ ઊભી થઈ ગઈ. 'ચાલો હું જાઉં. મારે થોડું કામ બાકી છે.'

કાનુ જવાબની રાહ જોયા વિના સડસડાટ રૂમની બહાર નીકળી ગઈ. ઝાંઝરનો રણકાર એની પાછળ દોડી ગયો.

ક્ષિતિજ ખુરશી પર પથ્થરના કોરેલા પૂતળાની જેમ બેસી રહ્યો.

કાનુ આ બધું શું બોલી ગઈ? શું ખરેખર પોતે જ કાયર હતો? એક નામર્દ જેમ સલામતીનું આવરણ ઓઢી હૂંફાળી નીંદર માણતો હતો!

વિચારોથી ઉઝરડાયો હોય એમ સિસકારો બોલાવી ક્ષિતિજ ઊભો થઈ ગયો અને બારી પાસે ઊભો રહ્યો. ચારેક વાગ્યા હશે. મમ્મી, ફોઈ, પપ્પા ટેબલ પર હવે ચહાનાસ્તો કરશે. પછી રસોઈની ચર્ચા થશે, પછી બરાબર રાત્રે આઠ વાગ્યે જમી લેવાનું. દોઢ કલાક સુમીફોઈ પુસ્તક વાંચશે પછી–

બધું નિયમ મુજબ જ થયા કરશે. ઘડિયાળના કાંટા ઘરની ચોકી કર્યા કરશે. એક સુંદર, વ્યવસ્થિત ગોઠવેલી જિંદગી.

કાનુ કહેતી હતી એમ આ બધું એને ગમતું હતું! ના ના કેટલીયે વાર મેં કહ્યું છે.

જાણે કાનુ ખડખડાટ હસી. એનું હાસ્ય ગોળ ગોળ ઘૂમવા માંડ્યું.

'તમે મમ્મીને શા માટે દોષ દો છો? મમ્મી જ્યારે આંસુ પાડે છે ત્યારે તમારા હૃદયની ભડકેલી આગ ઠંડી થાય છે. ભીની ભીની ઠંડક થઈ જાય છે. આ ઘર પરિચિત, એની વસ્તુઓ યથાસ્થાને, ઘરની વ્યક્તિઓ પ્રેમભરી – બધું જ ગોઠવેલું, સુઘડ વ્યવસ્થિત. ક્યાંય ભટકાવાનો, છેતરાવાનો ડર નહીં. આ ઘરની બહાર પગ મૂકતાં જ અજાણી દુનિયામાં ધકેલાઈ જવાનું. હરઘડી શું થશે એ અજ્ઞાનનો તમને ભય લાગે છે.'

'ભય? મને શેનો ભય?' રોષમાં ક્ષિતિજે ખંડમાં ચક્કર માર્યું. પગ ખુરશી સાથે ભટકાયો. હવે ચિડાયો. રોજની જગ્યાએથી ખુરશી કોણે ખસેડી? અરે પોતે જ! હમણાં જ ખુરશી ખસેડી એ ઊભો થયો.

કાનુ ફરી ખડખડાટ હસી પડી. પગનો ઠમકો કરી એ બોલી, 'જોયું આવડી અમથી ખુરશી સાથે ભટકાયા એય સહન ન થયું તો પછી બહાર તો પારાવાર ભટકાવાનું છે. હિંમત છે?'

શાંત મધપૂડા પર તાકીને કાનુએ પત્થર માર્યો હતો. છંછેડાયેલી મધમાખીઓ એને ઘેરતી હતી, ડંખતી હતી.

ક્ષિતિજ તરત ખંડ બહાર નીકળી ગયો.

* * *

સુમીફોઈએ ફ્રૂટ લીધું. ક્ષિતિજને દ્રાક્ષ બહુ ભાવતી. થોડો ભાવતાલ નક્કી કરી સફરજન પણ લીધાં. લાઇબ્રેરીમાંથી ચોપડીઓ બદલાવી. ક્ષિતિજ માટે બે શર્ટનું કપડું લીધું. પોતાને માટે એક સાદો સાડલો ખરીદ્યો.

હાથમાં ઘણું વજન થઈ ગયું પણ એક કામ બાકી હતું. મહત્ત્વનું કામ બાકી હતું.

વજન ઉપાડી એ હાંફતા હાંફતા ટાવર પાસે પહોંચ્યાં ત્યારે ચાર ને પંદર થઈ હતી. સુમીફોઈના મોં પર ગભરાટ આવી ગયો. ચારેબાજુ ડરતાં ડરતાં જોવા લાગ્યાં.

પણ મુખ્ય રસ્તાની ઊભરાતી ભીડમાં એ ચહેરો ક્યાંય દેખાયો નહીં.

સામેના પબ્લિક ટેલિફોન બૂથમાં સુમીબહેન ઘૂસ્યાં. થેલીઓ નીચે મૂકી પીઠ વાળીને ફોન કરવાનો દેખાવ કર્યો. પછી ઝડપથી બ્લાઉઝમાં ભેરવેલું એક કવર ખેંચી કાઢી એમણે ડિરેક્ટરીમાં મૂકી દીધું. થેલીઓ ઊંચકી બહાર

નીકળ્યાં. બૂથથી થોડે દૂર ઊભાં રહ્યાં.

હર વખત આ જ સમયે એમને ગભરામણ થતી. બીજો કોઈ ખરેખર ફોન કરવા બૂથમાં ધસી જશે અને ડિરેક્ટરી ખોલશે તો?

ટેલિફોન બૂથની પાછળથી જ એક માણસ નીકળ્યો. અપ ટુ ડેટ, સ્વસ્થ. કોઈ ઑફિસનો મૅનેજર બની શકે એવો.

સુમીબહેનનો શ્વાસ નીચે બેઠો. એમણે તરત પસાર થતી ટૅક્સી રોકી અને ઘેર આવ્યાં.

કાનુએ દોડતા આવી વજનદાર થેલીઓ લઈ લીધી. 'અરેરે ફોઈ, આખું બજાર જ ઊંચકી લાવ્યા કે પછી કોઈને માટે કંઈ રહેવા દીધું છે!'

બધાં ડાઇનિંગ ટેબલ ફરતે ગોઠવાયાં. સુધાબહેને ક્ષિતિજનું શર્ટનું કાપડ વખાણ્યું. નંદુબાબુએ ચોપડીઓ ઊથલાવી. ફ્રૂટ ધોવાઈને આવી ગયું. ચપોચપ દ્રાક્ષ-સફરજન ઊપડવા લાગ્યા અને સૌ જોડે સુમીફોઈ વાતોમાં મશગૂલ થઈ ગયાં.

* * *

'આનું શું કરવા ધાર્યું છે?'

સિગારેટ સળગાવતો નંદુબાબુનો હાથ થંભ્યો. કરડા સ્વરનો જાણે પથ્થર વાગ્યો. નંદુબાબુ ચમકી ગયા. કઈ વાતનું, ક્યાંથી તીર તાકીને અનુસંધાન કરવામાં આવ્યું છે, એ વાત એમની સમજ બહારની હતી.

'કઈ વાતનું, શું ધારવાનું છે મારે!'

'ક્ષિતિજની ચાલાકીનો સોમાં ભાગનો પણ ગુણ તમારામાં નથી.' સુધાબહેને અફસોસ કર્યો.

'તે ક્યાંથી હોય? બધું જ એને મેં વારસામાં આપી દીધું. હું તો ખાલીખમ થઈ ગયો.' પોતાની રમૂજ પર પોતાને જ હસવું આવી ગયું.

સુધાબહેનના ક્રોધના અંગારા વધુ ભડકાયા. 'આ હસવાની વાત છે? પછી રડવું પડે ત્યારે મને યાદ કરજો.'

નંદુબાબુને થયું પ્રસંગને યોગ્ય ગાંભીર્ય જાળવવું જોઈએ. ભારેખમ ચહેરે સિગારેટનો દમ મારીને બોલ્યા:

'કહો શ્રીમતીજી, શું કહેતા હતા તમે?'

'લલિતામાસીની વાત, બીજું શું?'

નંદુબાબુ ખરેખર અસ્વસ્થ બની ગયા. 'છોડ એને. એ બધાં વ્યર્થ ફાંફાં છે.'

'વ્યર્થ ફાંફાં છે એમ! બધાં રસ્તે રઝળી પડશો, તમે કંઈ કરો એ આશા નક્કામી મેં સેવી. હું જ એની પાસે જઈશ.' સુધાબહેને મક્કમતાથી કહ્યું :

'તારી વાત એ માનશે?'

'શું કામ નહીં? હું મનાવીશ. ઝઘડીશ. ગમે તે કરીશ, પણ ખાલી હાથે નહીં આવું.' હાથની મૂઠી વાળી સુધાબહેને દાંત ભીસ્યા.

'પણ સુધા–'

'રહેવા દો તમે – તમારા નમાલા સ્વભાવે તો એ વાઘની જેમ ખાવા બેઠી છે, પણ હું એને પહોંચી વળીશ. મારા જેવું એને કોઈ નહીં મળ્યું હોય. મિલકત પર સાપ બનીને બેઠી છે. હું એને સાણસામાં પકડીશ. એની ઝેરની કોથળી કાઢી લઈશ.' સુધાબહેન ઉશ્કેરાટમાં ઊભાં થઈ ગયાં. ભડકતા અંગારાનું કેસરી તેજ એમની આંખમાં લીંપાયું હતું.

નંદુબાબુએ સિગારેટ બુઝાવી નાખી. હવામાં હાથ વીંઝતા સુધાબહેન જાણે છેક બદલાઈ ગયાં હતાં.

'કેવી કઢંગી સ્થિતિમાં તમે મને મૂકી છે એનો ખ્યાલ છે તમને! એક બાજુ તમારી બહેન, બીજી બાજુ માસી. બીજાની નારાજગી કે ખુશીની ખીંટી પર જિંદગી લટકતી રાખી લાચારીથી મોં વકાસીને જોઈ રહેવાનું! આ બધું અસહ્ય છે. હું આ ભારમાંથી છૂટવા માગું છું. સ્વતંત્ર બનવા માગું છું. હું-હું લલિતાનું લોહી પી જઈશ. હું-હું એનું ખૂન કરીશ. હંમેશ માટે મારા અને ક્ષિતિજના રસ્તામાંથી એને ઉખેડીને ફેંકી દઈશ.'

'સુધા સુધા હોશમાં આવ તને–'

'ચૂપ. તમે નાર્મદની જેમ બધું ચલાવી લો છો, મારાથી નહીં બને. હું ઉશ્કેરાઈ ગઈ છું એટલે કહું છું એમ નથી. હું બોલું છું તે જરૂર કરી બતાવીશ. સાલ્લી ઘુવડ. બિલાડી.'

આંધળા રોષથી સુધાબહેને દાંત ભીંસી, ટિપાઈ પરથી ફ્લાવરવાઝ લઈ પોતાની તમામ તાકાતથી એનો ઘા કર્યો.

૭

કર્નલ ખડખડાટ હસ્યા.

'શું નંદુબાબુ! એક સાદીસીધી ચાલમાં આટલા ગૂંચવાઈ ગયા? મને લાગે છે ઉંમર વધવા સાથે ભેજું તીક્ષ્ણ થવાને બદલે કટાતું જાય છે ખરું ને!'

જવાબ આપવાને બદલે નંદુબાબુ મહોરાં સામે તાકીને જ બેસી રહ્યા. ટાલ પર હાથ ફેરવી લીધો. એક સિગારેટ પી નાખી. એમને માટે હંમેશનાં આ બન્ને પ્રેરણાનાં મહત્ત્વનાં સ્થાનો, પણ આજે એમણે દગો દીધો. બુદ્ધિમાં કોઈ વિશેષ ઝબકારો થયો નહિ.

હવે એક જ રસ્તો બાકી હતો. નંદુબાબુએ એ જ ઉપાય અજમાવ્યો – ગેઇમ સમેટી લીધી.

'અરે શું કરો છો તમે? બધી મઝા બગાડી નાખી! કેવા સપડાયા હતા આજે?' કર્નલ ઊભા થઈ ગયા. 'ચાલો ફરી પાથરો જોઉં? મને દરેક મહોરાંની જગ્યા યાદ છે.'

નંદુબાબુ નિરાંતે આરામખુરશીમાં ગોઠવાયા. 'જવા દો કર્નલ! આજે કાંઈ ચેન પડતું નથી.'

'કેમ મિયાંબીબીમાં ઝઘડો થઈ ગયો છે કે શું?'

'શું તમે પણ કર્નલ? લગ્ન જૂના થઈ ગયા છે. વધુ પડતાં જૂના થઈ ગયા છે.' નંદુબાબુ કડવું હસ્યા.

કર્નલે નવાઈ પામી તરત નંદુબાબુ સામે જોયું. 'નંદુબાબુ, આજે તમે રોજનાં મૂડમાં નથી. શું છે? વાત શું છે?'

'બસ કશું નથી! અને એ જ વાત છે.'

'સીધું બોલોને! આવો ગહન કોયડો ઉકેલવાનું મારું ગજું નહીં.'

જગુ કૉફીનાં કપ મૂકી ગયો. બંધ પડેલી ગેઇમ સામે નવાઈથી જોઈ રહ્યો. કર્નલ હસ્યા, 'આજે અમે વાતોની ચેસ રમીએ છીએ, જગુ.'

જગુની બુદ્ધિમાં આ વાત ઊતરી શકે એ સાવ અશક્ય જ હતું. ડોકું ધુણાવતો એ જલદી ચાલી ગયો.

નંદુબાબુએ ગરમ ગરમ કપ મોંએ માંડ્યો. 'કોણ જાણે ઘરમાં ગૂંગળામણ થાય છે, કર્નલ! ખબર નહીં સુમીને શું થયું છે. વિચિત્ર રીતે વર્તે છે અને ક્ષિતિજ–'

'હં ક્ષિતિજનું શું?'

'જવા દો' નંદુબાબુ કૉફી ગટગટાવી ઊઠી ગયા. 'હું કાલે આવીશ.'

નંદુબાબુ ચાલી ગયા.

* * *

કાનુ ક્ષિતિજ પાસે આવી નહોતી.

લાંબી નીરસ બપોરને ચગળતો ચગળતો ક્ષિતિજ બેસી રહેતો. કાનુના શબ્દોનો લીલોછમ સોળ ઊઠી આવ્યો હતો એ સોળને એ પંપાળ્યા કરતો. સિસકારો બોલાવતો! 'બીકણ કાયર' કાનુ ઉપહાસ કરતી હતી કે સૂતેલી ચેતનાને ઢંઢોળતી હતી!

આ જ ધરી પર વિચારો ગોળ ગોળ ઘૂમ્યા કરતા.

કશું સીધી રીતે એ વિચારી શકતો નહીં. કંટાળીને એ બારી પાસે ઊભો રહી જતો અને પીળચટા તડકાને સૂંઘ્યા કરતો.

* * *

દીવાનખંડમાંથી પગલાં એના ખંડ તરફ આવતા હતા. એણે કાન માંડ્યાં. વિચારોને સંકોરી એ રાહ જોઈ રહ્યો.

બારણાંનો ધક્કો લાગ્યો.

'આવો સુમીફોઈ! તમારી બપોરની સોના જેવી ઊંઘને તિલાંજલી આપી કે શું?'

સુમીફોઈ માટે આ એક હરહંમેશ નવાઈનો જ વિષય હતો.

'તેં કેમ જાણ્યું હું જ છું?'

'પગલાં! તમારાં પગલાંએ કહ્યું. કાનુ તો હોય જ નહીં. એ તો ઝાંઝરના બૅન્ડવાજા વગાડતી જ આવે. મમ્મીનાં પગલાં ઝડપી અને રુઆબદાર હોય છે. જ્યારે પપ્પાનાં પગલાં વજનદાર. તમારા સિવાય બાકી કોણ રહ્યું? જો કોઈ મહેમાન હોય તો મારી પાસે સીધું આવે જ નહીં. બોલો પછી કોણ હોય?'

'ક્ષિતિજ, તારે તો ડિટેક્ટીવ થવું જોઈતું હતું.' સુમીફોઈએ ઉમળકાથી ક્ષિતિજનું કપાળ ચૂમી લીધું.

'હજી પણ થઈ શક્યો હોત.'

'એટલે?' સુમીફોઈને વાત આ રીતે શરૂ કરવાનો પસ્તાવો થયો.

'જો ઘર બહાર નીકળું તો કંઈક તો થઈ શકું. માત્ર અંધ ક્ષિતિજને બદલે કશુંક કરવાવાળો ક્ષિતિજ બની શકું. ખરેખર બની શકું ફોઈ!' ક્ષિતિજે સુમીબહેનનો હાથ પકડી લીધો.

'મને કંઈ સમજાતું નથી તું શું બોલે છે તે.'

'પણ એટલું તો કહો ફોઈ! હું કાયર છું?'

'ક્ષિતિજ, આજે અચાનક આ શું ગાંડીઘેલી વાતો કરે છે? ચલ, કાલ

રાતની અધૂરી વાર્તા પૂરી કરું.'

'ના ફોઈ, બેસો મારી પાસે. તમે મને કંઈક વાત કરવા આવ્યાં છો એ જ કહો. વકીલ સાથે શી વાત કરતા હતા? જો પાછા પૂછતા નહીં કે શી રીતે જાણ્યું? તમે હમણાં ઑપરેટર પાસે વકીલનો ફોન નંબર માગતા હતા તે મેં સાંભળ્યું હતું તેથી કહું છું.'

સુમીબહેન હસ્યાં, 'સાચે જ ક્ષિતિજ તું એવો વહાલો છે.'

પાળેલો પોપટ – પિંજરાનો વહાલો પોપટ – ક્ષિતિજે અજાણતાં જ સુમીબહેનનો પકડી રાખેલો હાથ છોડી દીધો.

'બોલો ફોઈ.'

'મેં વીલ બનાવ્યું છે.'

'વીલ?' ક્ષિતિજ ચમકી ગયો. 'તારે વળી વીલ કરવાની શી જરૂર પડી?'

'મને હાર્ટઍટેક આવ્યો હતો તે તો તું જાણે છે. ક્ષિતિજ ના...ના...વચ્ચે નહીં બોલતો. તું શું કહેવાનો છે તે હું જાણું છું. હું હવે તંદુરસ્ત છું, સંપૂર્ણ સ્વસ્થ છું એમ ડૉક્ટરનો રિપોર્ટ કહે છે, છતાં મને થયું કે મારે વ્યવસ્થા કરી લેવી છે.'

ક્ષિતિજ હસી પડ્યો. 'હવે ગાંડીઘેલી વાતો તું કરે છે ફોઈ. તને હજી ચાલીસ થયા ત્યાં વીલની વાત કેટલી બેહૂદી લાગે છે!'

'જિંદગીનો શો ભરોસો ક્ષિતિજ? એની પળેપળ અનિશ્ચિત છે. ઝાડીમાં છુપાયેલા ચિત્તાની જેમ ક્યારે તમારી પર ત્રાટકી પડે! ધાર કે કાલે ઊઠીને મારું ખૂન થઈ જાય તો?' સુમીફોઈ હસી પડ્યાં.

'એટલે?' ક્ષિતિજ અક્કડ થઈ ગયો. 'એમ શા ઉપરથી કહે છે?'

'અરે ડિટેક્ટિવ સાહેબ, એવો કોઈ પુરાવો નથી. આ તો અમસ્તી મજાક છે. મારું તે વળી કઈ બલા માટે કોઈ ખૂન કરે?'

ક્ષિતિજે હાથ લંબાવીને સુમીફોઈના મોં પર હાથ ફેરવ્યો.

'ખરું કહું ફોઈ? થોડી વાર માટે હું ડરી ગયો હતો.'

'ક્ષિતિજ, તારે જાણવું નથી મેં વીલમાં શું લખ્યું છે?'

'ના ફોઈ. એ પૈસા, બંગલો જે પણ હોય તે બધું તારું છે અને તને જેમ યોગ્ય લાગે એમ તું એની વ્યવસ્થા કરી શકે છે. આખર તેં શું જોયું છે?'

'મારી બધી મિલકત, પંચગીનીનું ઘર, શેર બધું જ મેં તારા નામે કર્યું છે. ક્ષિતિજ, તું મારો પુત્ર નથી તો શું? તને મેં એથી વિશેષ ગણ્યો છે.' સુમીફોઈના શબ્દો આંસુની ભીનાશથી લિસ્સા બની ગયા.

ક્ષિતિજ ઊભો થઈ ગયો.

'મારા નામે? તું ગાંડી તો નથી થઈ ફોઈ? એવું શું કામ કરે છે? કોઈ પણ ચેરીટેબલ ટ્રસ્ટ કરી દેશે તો પૈસાનો સદુપયોગ થશે.'

એકદમ ક્ષિતિજનો ચહેરો આગળ ઝૂક્યો. નાકથી સૂંઘતો હોય એમ એનું નાક ફૂલી ગયું.

'ચૂપ ફોઈ! કોઈ...કોઈ આપણી વાત સાંભળે છે.'

સુમીફોઈ ઝબકીને ઊભાં થઈ ગયાં. બારણાનો પડદો એક ઝાટકાથી ઊંચો કર્યો. એમના મોંમાંથી ધીમી ચીસ નીકળી ગઈ.

'અહીં શું કરે છે?'

કાનુ ખિલખિલ હસી પડી.

'શું કરું છું એટલે શું ફોઈ? તમારા બન્ને માટે ચહા લાવતી હતી.'

'કેમ ડાઇનિંગ ટેબલ નથી ઘરમાં?' સુમીબહેનના ધારદાર પ્રશ્નની અણી ખૂંચી હોય એમ કાનુ આશ્ચર્યથી એમને જોઈ રહી.

'સુધાબહેને જ કહ્યું. એમણે અને નંદુબાબુએ ઉપર બેડરૂમમાં ચહા મંગાવી લીધી.'

'મૂકી દે અહીં અને તું જા.'

કાનુ ઝંખવાઈ ગઈ. ટ્રે ટેબલ પર મૂકી અને એ જવા ફરી.

'કાનુ.'

ક્ષિતિજે બોલાવી. કાનુ પાછી ફરી. નીચા મોંએ બોલી, 'જી.'

ક્ષિતિજ કાનુનો ઘવાયેલો સ્વર સાંભળી અસ્વસ્થ બની ગયો.

'કાનુ, તારા ઝાંઝર?'

'પગમાં ફોડલી થઈ છે તે વાગતા હતા. હમણાં જ કાઢ્યા.' અને એ જલદીથી ચાલી ગઈ.

હાશ! ક્ષિતિજને નિરાંત થઈ ગઈ પણ તરત ફરી એ અસ્વસ્થ થઈ ગયો. તો પછી પેલાં પગલાં... ધ્વનિનાં એ મોજાં... કોનાં હતાં?

* * *

સુમીફોઈએ ધ્રૂજતા હાથે ફોન મૂકી દીધો તોય શૂન્યચિત્તે એ ત્યાં ઊભાં રહી ગયાં.

હવે? હવે શું કરું? સતત ડર અને ભયના બોજા નીચે જીવ તરફડ્યા કરતો હતો. તે દિવસે ક્ષિતિજ શું કહેતો હતો! ડિટેક્ટિવ! ભયનું એક લખલખું પસાર થઈ ગયું.

એમને ખભે ધીમો હાથ મુકાયો.

એક ચીસ પાડી એ તરત પાછળ ફર્યાં.

'અરે ફોઈ ડરી ગયાં? હું કાનુ. જાણે મને ઓળખતા નથી એમ જુઓ છો.'

'તું...તું... અહીં શું કરે છે?' આંખે અંધારા આવતા હોય એમ આંખે હાથ દાબીને એ માંડ બોલ્યાં.

કાનુ નવાઈ પામી ગઈ.

'હું તો કંઈયે કરતી નથી. તમને જોયા ને ઊભી રહી. તમારી તબિયત સારી છે ને? તમારો આ ચહેરો...'

'શું થયું છે મારા ચહેરાને? તું શું કામ મારી પાછળ પડી છો? તું મારી ચોકી કરે છે?' એ હાંફતાં હાંફતાં માંડ સોફા સુધી પહોંચ્યાં.

કાનુ ઘવાયેલા સ્વરે બોલી, 'હું શું કામ ચોકી કરું?'

'ખબરદાર મારી નજીક આવી છે તો, ચાલી જા... ભાગી જા.' એમણે ચીસો પાડવા માંડી.

સામેના ખંડમાંથી કાચની લખોટી જેવી આંખો અવાજની દિશાને નોંધી રહી.

* * *

'તમે...તમે...પ્રાઇવેટ ડિટેક્ટિવ છો?'

'જી આવો બેસો.'

'હં...મને...ખૂબ ડર લાગે છે. મારો જીવ જોખમમાં છે. પ્લીઝ મને મદદ કરો– પ્લીઝ.'

'તમે પહેલાં સ્વસ્થ થાઓ તમારું નામ-સરનામું લખાવશો.'

'સુમીબહેન...એટલે કે સ્મૃતિ મહેતા, નિશિકુંજ...'

* * *

'કેમ? નંદુબાબુ ઊઠ્યા? આજે પણ ગેઇમ પૂરી નથી કરવી?'

'ના કર્નલ. હમણાં હમણાં રાત્રે જમીને એસીડીટી થાય છે એટલે થોડું ચાલું છું તો સારું લાગે છે.'

'મને તો લાગે છે કે હમણાં તમારો જીવ ચેસમાં નથી રહેતો, રાઇટ નંદુબાબુ?'

'યસ કર્નલ. મેં તમને કહ્યું હતું ને કે ઘરમાં વાતાવરણ તંગ થઈ ગયું છે. મન ઊંચું રહ્યા કરે છે.'

'તોય તમે સુખી છો, નંદુબાબુ. મારું તો કોઈ નથી.'

ગોળમટોળ માથા પર હાથ ફેરવતાં નંદુબાબુએ હસી દીધું.

* * *

સુધાબહેન હાંફળાંફાંફળાં બની ગયાં.

'સુમીફોઈ, તમે ચાંદીના ગ્લાસ જોયા?'

'ના રે કેમ?'

'કાલથી બે ગ્લાસ નથી મળતા.'

'મેં કેટલી વાર કહ્યું ભાભી, ગ્લાસ કબાટમાં મૂકી દો. સ્ટીલના વાપરશું.'

'અરે પણ બે ગ્લાસ નથી મળતા. કેટલા વજનદાર હતા!'

* * *

નોકર ધીમેથી ક્ષિતિજના ખંડમાં દાખલ થયો.

'ભાઈ'

'અરે કોણ રામુ? તું ઘરે નથી ગયો હજી?' ક્ષિતિજ પથારીમાંથી ઊભો થઈ ગયો.

'ભાઈ જલદી કરો – આ ચાંદીનાં બે ગ્લાસ સંતાડી દો જલદી.'

'રામુ, આ શું? તારી પાસે ગ્લાસ ક્યાંથી?'

'રસોડામાં કાનુની થેલીમાં હતા. તમે લઈ લ્યો. પાછા મૂકી દેજો.'

'શું?' ક્ષિતિજ ચમકી ગયો. એના હાથ ચાંદીના ઠંડા ગ્લાસને પંપાળતા રહ્યા.

'જી. નક્કામી મમ્મીને ખબર પડશે. કાનુને કાઢી મૂકશે. બિચ્ચારી સારી છોકરી છે. હશે ભૂલ થઈ ગઈ.'

રામુ ચાલ્યો ગયો. ક્ષિતિજ બારી પાસે ઊભો રહ્યો. એની ઊંઘ ઊડી ગઈ હતી.

* * *

સુધાબહેને બારીમાંથી નીચે નજર કરી.

ક્ષિતિજ કમ્પાઉન્ડમાં ખુરશી મુકાવીને બેઠો હતો. એની સામે નીચે લૉનમાં કાનુ બેસીને સ્વેટર ગૂંથતી હતી.

ઝેરનાં બે ટીપાં જેવી આંખો એમને તાકી રહી.

સુધાબહેન ખંડમાં પાછાં આવ્યાં. અત્યારે એ ઘરમાં એકલાં જ હતાં.

ધડકતા હૃદયે એમણે સુમીફોઈનો કબાટ ખોલ્યો. કશું વિખાઈને અવ્યવસ્થિત ન બની જાય એની કાળજી રાખતાં એમણે કબાટમાંની વસ્તુઓ તપાસવા માંડી.

સદ્ભાગ્યે ચાવી તિજોરીમાં જ હતી. સુધાબહેને આતુરતાથી તિજોરી ખોલી. થોડા કાગળોની થપ્પી પર એક તાજી ઘડી કરેલો કાગળ હતો.

સુધાબહેને ઝપટ મારી ઊંચકી લીધો. કાગળ ખોલતાં જ એમની આંખો ફાટી ગઈ, છાતી સળગી ગઈ.

'હલકટ! આટલાં વરસ તને જોડે રાખી અને આ બદલો આપ્યો?'

સુમીફોઈના વીલનો ડ્રાફ્ટ તૈયાર કરેલો હતો.

એમણે પોતાની બધી જ મિલકતનું 'સરસ્વતી વિદ્યાલય'ને નામે ચેરીટેબલ ટ્રસ્ટ બનાવવાની યોજના તૈયાર કરી હતી!

હવે પતિને કહેવાનો કશો અર્થ નથી. જે કરવું હશે તે પોતાને જ કરવું પડશે. સુધાબહેને દાંત ભીંસી જોરથી કબાટ બંધ કરી દીધો.

૮

'તમે મારી સાથે મન મૂકીને બોલતા કેમ નથી? તમને કશાનું ખોટું લાગ્યું છે?'

કાનુએ ક્ષિતિજનો હાથ પકડી સ્વેટરની બાંયનું માપ લીધું. ટાંકા ગણ્યા અને ફરી બેઠી.

'તારું આ સ્વેટર અનંતકાળ સુધી ચાલવાનું છે? કે હું ઘરડો થઈશ ત્યાં સુધીમાં તો પૂરું થવાનું છે?' ક્ષિતિજ હસ્યો અને શર્ટની બાંયો ઠીક કરી.

'બસ હવે પૂરું જ થવા આવ્યું છે. આખો દિવસ કંઈ ને કંઈ કામ હોયને કે પછી તમારું સ્વેટર લઈને બેસું? પણ તમે વાતનો જવાબ ન આપ્યો.'

'કઈ વાત?'

'એટલી વારમાં તમારા જેવો માણસ ભૂલી જાય એ હું ન માનું.'

'તું પણ પક્કી છો. દલીલમાં તને હરાવવી સહેલી નથી.'

'એ મારા પ્રશ્નનો જવાબ નથી.' કાનુ ધીમું હસી.

'એમ ધીમે ધીમે નહીં! કાનુ તું ખડખડાટ હસે છે એ મને ગમે છે. ખૂબ ગમે છે.'

કાનુથી ન રહેવાયું, ખુલ્લા દિલે કાનુ હસી પડી.

'જાણે નાચતાં કૂદતાં ઝરણાં જેવા તારા હાસ્યમાં હું ડૂબી જાઉં છું એ સમયે તું મારી ખૂબ નજીક હોય એવું મને લાગે છે.' પોતાને માટે ક્ષિતિજને નવાઈ લાગી. એના અવાજમાં આછો ઝંકાર હતો.

'એનો અર્થ એ કે તમને ખોટું નથી લાગ્યું.'

'તારે સ્પષ્ટ શબ્દોમાં સાંભળવું છે? કે પછી સ્ટેમ્પ પેપર પર લખી આપું?'

'તે દિવસે મેં પણ તમને કહેવામાં બાકી નહોતી રાખી. પણ હવે એ વાત પૂરી થઈ, બસ?' કાનુની આંગળીઓ સિફતથી ગૂંથવા લાગી.

'ના, કાનુ હવે શરૂ થઈ છે. તેં વાત કરી ત્યારથી મારા મનનો અજંપો ફરી વધી ગયો છે. જે હંમેશાં સુખકર હોય છે એ જ હિતકર ન પણ હોય એવું હોય ખરું? કે પછી એવું જ હોય!'

'જુઓ તમારી ફિલસૂફીમાં મારી તો ચાંચ જ ન ડૂબે. હું તો એટલું જાણું છું કે માણસે આગળ વધવા થાય તેટલો તમામ પ્રયત્ન કરવો જોઈએ.' કાનુ બાંયનું માપ ફરી લેવા નજીક આવી. ક્ષિતિજનાં શરીર પર ઝૂકી. એનો

હાથ નજીક ખેંચ્યો.

ધગધગતા અંગારા ચાંપી દીધા હોય એમ ક્ષિતિજ દાઝી ગયો. કાનુનો સ્પર્શ, એનો ગરમ ગરમ શ્વાસ. એનાં શરીરની કુમાશ... એક સ્ત્રીનાં શરીરની સુગંધ... ક્ષિતિજનું લોહી ગરમ ગરમ થઈ ગયું. કાનુનાં શરીરની ડાળે ફૂટેલી યુવાનીની મંજરી મહેકતી હતી. એની માદક સુગંધથી ક્ષિતિજનાં નસકોરાં ફાટી ગયાં.

માપ બરાબર છે એ જોવા કાનુ જરા વધુ ઝૂકી.

એની ઊભરાતી છાતી ક્ષિતિજના ગાલને સ્પર્શી ગઈ. અને એની અંધ અવાવરુ ગુફામાં પ્રકાશનો ઝબકારો થઈ ગયો.

પ્રબળ આવેગનું એક ભયંકર મોજું ધસી આવ્યું અને ક્ષિતિજે બંને હાથમાં કાનુને ભીંસી. એના ગાલ, હોઠ ચૂમવા માંડ્યા. જ્વાળામુખી ફાટી ગયો હતો. ઊકળતો ગરમ ગરમ લાવારસ ખદબદતો હતો.

કાનુ ફૂલની જેમ ક્ષિતિજ પર ખરી પડી. પુરુષની ગરમ ગરમ હૂંફમાં એનું શરીર ઓગળવા માંડ્યું અને એ વેલની જેમ ક્ષિતિજને વળગી પડી.

પ્રબળ ઉન્માદનાં ઊછળતાં પૂરમાં બંને અસ્તિત્વહીન બની ઘસડાયાં. એક અસીમ ઊંડાણમાં બંને ડૂબી ગયાં.

સમયની થોડી રેતી કાળની મુઠ્ઠીમાંથી ઝડપથી સરી ગઈ.

આંખ, કાન, મોંમાં પાણી ભરાઈ ગયા હોય એમ કાનુને સખત અકળામણ થઈ આવી. અચાનક ક્ષિતિજને ધક્કો મારી કાનુએ જાતને ઊતરડી લીધી અને બંને હાથમાં મોં છુપાવી રડી પડી.

ક્ષિતિજ કાનુ તરફ ધસી ગયો. એને ફરી ખેંચી લીધી.

'મને તરછોડ નહીં કાનુ.'

પરાણે કાનુ ક્ષિતિજથી વિખૂટી પડી, 'ના ક્ષિતિજ, આ ખોટું છે. અશક્ય છે.'

'સ્ત્રી-પુરુષનો સંબંધ અશક્ય શી રીતે હોઈ શકે? હા, હું અંધ છું. એકદમ આંધળો. મારે એ ન ભૂલવું જોઈએ.' ક્ષિતિજ કડવાશથી હસ્યો.

'ના ના એવું નથી. હું હું...પણ તમને ઝંખું છું પણ હું લાચાર છું, ક્ષિતિજ.'

કાનુનો ચહેરો આંસુથી ચમકતો હતો. એનાં કપડાં અસ્તવ્યસ્ત થઈ ગયાં હતાં. એનો લાલઘૂમ ચાંદલો કપાળ પર રેલાઈ ગયો હતો. એનો સ્વર આંસુથી લપસણો થઈ ગયો હતો.

'તમે પ્રેમાળ છો, ભોળા છો. તમે નથી જાણતા હું શું છું, શી હાલતમાં છું.'

ક્ષિતિજે કાનુને ભીંત સરસી ચાંપી દીધી. એ જડાઈને ઊભો રહ્યો.

'મારે મન તું કાનન છો એથી વિશેષ જાણવાની કશી જરૂર નથી.'

કાનુ આક્રંદ કરી ઊઠી :

'હા હા હું કાનન છું, પણ કેવી કાનન છું કોઈ જાણતું નથી. મને જવા દો...ચાલી જવા દો.'

ક્ષિતિજની અંદરનો પુરુષ લોહી ચાખેલા વાઘની જેમ ત્રાડ પાડતો હતો. એણે ઝનૂનથી કાનુનું મુખ બન્ને હાથમાં જકડી તેના કંપતા હોઠ ચૂમી લીધા. 'શા માટે મારાથી ડરે છે કાનુ? હું શું એટલો બધો ખરાબ છું?'

'ક્ષિતિજ...ક્ષિતિજ...તમે ભોળા છો.' રુદનના આવેગથી એ કંપતી હતી. 'તમે ભોળા છો, બેવકૂફ છો. હું ખૂબ ચાલાક છું. મારી જિંદગી તમારી અંધ દુનિયા જેટલી જ કાળી છે.'

ક્ષિતિજને ધક્કો મારી કાનુ બહાર દોડી ગઈ. પણ ક્ષણભર તો એ ક્ષિતિજના રૂમમાં બારણામાં જ થીજી ગઈ.

બહારના ખુલ્લા બારણામાંથી સુધાબહેન ઘરમાં દાખલ થતાં હતાં. કાનુ પર નજર પડતાં જ સુધાબહેનની આંખમાંથી વણબોલ્યા આરોપ કાનુ સ્પષ્ટ વાંચી શકી.

કાનુ ઠૂંઠું બની ઊભી રહી ગઈ. એને ચીસ પાડવાનું મન થઈ આવ્યું. નાગણ...નાગણની જેમ ઝેરની કોથળી મોંમાં ભરી મારી પાછળ ભમ્યા જ કરે છે.

એકાએક એને પોતાની જાતનું ભાન થયું. ચોળાયેલાં કપડાં... વિખરાયેલાં વાળ...રેલાયેલું કાજળ. શરમથી સંકોચાઈને એ કોકડું વળી ગઈ. નીચું જોઈ એ ઝડપથી રસોડામાં ચાલી ગઈ.

સુધાબહેન ક્ષિતિજના ખંડના ઉંબરે આવીને ઊભાં રહ્યાં. મીણની જેમ પીગળી પીગળીને ક્ષિતિજ ઊંધમૂંધ પલંગમાં પડ્યો હતો.

* * *

ખૂબ મોડું થઈ ગયું હતું.

કાનુ ઉતાવળી ઘરે જતી હતી. ટાવરમાં નવના ડંકા થયા. કાનુ ડરી ગઈ હતી. પગમાં પ્રાણ પુરાયા હોય એમ દોડતી ચાલે એ ચાલી.

એ જ સમયે લગભગ દોડતું કોઈ કર્નલનાં ઘરમાંથી નીકળ્યું.

કાનુ ચમકી ગઈ. ઓઢણીનો છેડો કપાળ સુધી ખેંચી એ અંધારામાં સરકી ગઈ.

કર્નલના બંગલાની દીવાલને ચીપકીને આકાર ક્ષણભર ઊભો રહ્યો. આજુબાજુ જોઈ લઈ એ સ્વસ્થ ચાલે નંદુબાબુના કમ્પાઉન્ડમાં દાખલ થઈ ગયો.

કાનુ તો જડાઈ જ ગઈ!

સુમીફોઈ! આટલી મોડી રાત્રે કર્નલના ઘરમાંથી? પણ એ તો સાંજના શોમાં પિક્ચરમાં ગયા હતા!

* * *

'સાંભળો છો?'

'ભઈ તમારી વાત ન સાંભળવાની હિંમત મારાથી થઈ જ કેમ શકે?'

'મજાકમાં ને મજાકમાં ઘર લૂંટાઈ જાય તોય તમારી આંખો ખૂલવાની નથી.' પતિ સાથે વાત કરતાં સ્વરમાં હંમેશનો રોષ આવી ગયો.

'આંખો ને કાન બન્ને ખુલ્લાં છે. બોલો, સુધાદેવી.' ધોતિયાનો છેડો હાથમાં પકડી નંદુબાબુ ખુરશીમાં બેસી ગયા.

'હું ક્ષિતિજનાં લગ્ન કરવા માગું છું.'

નંદુબાબુ હુમલા માટે તૈયાર જ હતા, પણ આ હુમલો તો અણધાર્યો જ હતો. 'અરે આવું ભૂસું કોણે તારા મનમાં ભરાવ્યું?'

'એમાં નવાઈ પામવા જેવું શું છે? એ આંખે દેખતો નથી એટલે પુરુષ મટી જવાનો છે? રૂપાળો છે, જુવાન છે, તંદુરસ્ત છે.'

ક્ષિતિજને નવી જ રીતે કલ્પતા હોય એમ નંદુબાબુ ચૂપ થઈ ગયા. આ રીતે એમણે કદી વિચાર નહોતો કર્યો. પછી ધીમેથી બોલ્યા :

'હં! તારી વાત તો ખરી. પણ અંધ જોડે લગ્ન કરવા કોણ તૈયાર થાય? બીજાની જિંદગી બગાડવાનો આપણને શો હક્ક?'

'થોડીઘણી ખોડવાળી છોકરી તો મળી જ રહે. જરૂર પડશે તો અનાથાશ્રમમાંથી લાવીશ. આપણું ખાનદાન ઘર, રૂપાળો ચાલાક વર. કઈ હૈયાફૂટી ના પાડે?'

'ક્ષિતિજ માનશે?'

'મને ખાતરી છે લગ્નની એ ના નહીં પાડે.' સુધાબહેને હોઠ કરડ્યો.

* * *

'લલિતામાસી, તમે શું કરવા ધારો છો?'

સુધાબહેને સીધો જ સવાલ કર્યો.

લલિતામાસી લુચ્ચી નજરે સુધાબહેનને જોઈ રહ્યાં. એમના ચશ્માં નાક પર આવીને, ટેરવે અટકી ગયા હતા. પ્રમાણમાં જાડા હોઠ પર એ જીભ ફેરવ્યા કરતા હતા.

'બિલાડી.' સુધાબહેનના મનમાં ફરી એ વિચાર ફૂટી નીકળ્યો.

ચશ્માં આંખ પર બરાબર ગોઠવી, લલિતામાસીએ ટેબલ પર નજર કરી. અનેક જાતનાં મંડળોનાં કાગળોનો ઢગલો પડ્યો હતો. અત્યંત ધ્યાનથી

એકેએક કાગળ ઉઠાવી, વાંચી તેઓ કમળાશંકરને એની નોંધ કરાવતા હતા.

'લખો. આદર્શ પાંજરાપોળમાં વ્યવસ્થામાં સુધારો કરવાની જરૂર છે. વસૂકી ગયેલી ગાયનો પ્રૉબ્લેમ ફરી વિચારવાનો રહેશે. નોંધ કરી રાખજો, મંડળની આવતી મિટિંગમાં તે વિષે પ્રશ્ન પૂછવાનો.'

'હેં! હેં! બરાબર.' બબડતાં કમળાશંકરે ગરદન ઝુકાવી નોંધ કરી.

આ બેં બેં કરતાં નમાલાં ઘેટાંને તારી પાંજરાપોળમાં રાખી લેને.

પોતાનો પ્રશ્ન તો જાણે અલોપ થઈ ગયો. સુધાબહેને ફરી પૂછ્યું :

'લલિતામાસી, મને જવાબ જોઈએ છે.'

સુધાબહેનનાં સ્વરનો આકાર... શબ્દોની તીક્ષ્ણતા... લલિતામાસી ટટ્ટાર થઈ ગયાં. અચ્છા તો એમ વાત છે. હાથનો કાગળ નીચે મૂકી દીધો.

'તને જવાબ જ જોઈએ છે સુધા?'

'હા.'

'તને પહેલાં પણ કહ્યું છે! કેટલી વાર કહેવાનું?' લલિતામાસીએ પતિ તરફ નજર કરી.

'હું... જરા અંદર કામ છે.' બેહૂદું હસતાં ડોલતાં ડોલતાં કમળાશંકર ત્યાંથી ઊઠીને ગયા.

'તો સાંભળ! મારો જવાબ ના ના ને હજાર વાર ના.' ભવાં ચડાવી, ફરી કાગળ હાથમાં લઈ કમળાશંકરને એમણે હાક મારી.

ભયંકર નફરત અને ક્રોધના વંટોળમાં સુધાબહેનનું મન પાંદડાની જેમ ઘૂમરીએ ચડી ગયું.

* * *

'કર્નલ, તમે પરણતા કેમ નથી?' નંદુબાબુએ કૉફીનો કપ ઊંચક્યો.

'આટલો વખત મને ઓળખ્યા પછી આવો સવાલ તમને સૂઝ્યો એ નવાઈની વાત.'

'વાહ કૉફીનો શું ટેસ્ટ છે! હં બસ એમ જ. રોજ રાત્રે તમારે ત્યાં આવું છું. ચેસ રમું છું, પણ તમારે ત્યાં શાંતિ જ શાંતિ! તમે અને તમારો જીવ્સ યાને કે જગ્ગુ.'

'તો આવી શાંતિમાં ખલેલ પાડવાનું શું કારણ? એવું પાપ કાં કરો?' કર્નલ પગ લાંબા કરી નિરાંતે બેઠા.

'શાંતિમાંય આવી ખલેલ પડે તે ગમે હોં, કર્નલ!' નંદુબાબુ હો હો કરતાં ખૂબ હસ્યા.

'ના બાબા! મેનકા વગરનું સ્વર્ગ સારું છે. કપડાં ધોબી ધૂએ છે. રસોઈ બહારથી આવે છે. નોકર ઘરનું ધ્યાન રાખે છે. બોલો, મારે સ્ત્રીની શી જરૂર?'

'સ્ત્રીની શી જરૂર? વાહ ક્યા બાત કહી.' નંદુબાબુ ખડખડાટ હસતાં જ રહ્યા.

કર્નલને ચેપ લાગ્યો. એ પણ મન મૂકીને હસ્યા.

'અરે સ્ત્રીને માટે લગ્ન કરવાની શી જરૂર?'

'અરે મેરે છૂપે રૂસ્તમ!'

* * *

બારણું જોર જોરથી ખખડ્યું.

કર્નલ સફાળા ઊંઘમાંથી ઊઠ્યા. પાછલો દરવાજો ખોલ્યો. ઘટ્ટ અંધારું હતું તોય આકાર ઓળખાયો.

'અરે સુમી તું? મોડી રાત્રે?'

કર્નલે હાથ લંબાવી એને અંદર ખેંચી લઈ, બારણું વાસી દીધું.

સુમીબહેન કર્નલને વળગી પડ્યાં. 'કર્નલ! કર્નલ! વાત ખૂબ આગળ વધી ગઈ છે. હવે શું થશે?'

કર્નલને ખભે માથું મૂકી સુમીબહેન રડતાં રહ્યાં.

* * *

સાંજ હતી. હજી આછો ઉજાસ હતો. કાનુ રસોઈ ચડાવતી હતી. ડાઇનિંગ ટેબલ પર નંદુબાબુ, સુધાબહેન, સુમીફોઈ રમી રમતાં હતાં. ક્ષિતિજ સુમીફોઈની બાજુમાં બેઠો હતો.

એ હારતાં હતાં એટલે ચિડાતાં હતાં.

નંદુબાબુ હો હો કરીને હસતા એટલે સુધાબહેન કંટાળાથી કહેતાં, 'એઈ, આ તમારું ખડખડ પાંચમ જેવું હસવાનું બંધ કરો તો રમતમાં જીવ ચોંટે.'

ફોનની ઘંટડી વાગી.

ક્ષિતિજ ઊઠ્યો.

'હલ્લો.' એણે અવાજ સાંભળ્યો.

'હલ્લો.' એ બોલ્યો.

ચૂપકીદી થઈ ગઈ.

'હલ્લો' ક્ષિતિજ ફરી બોલ્યો. કશો અવાજ નહીં.

સુમીફોઈએ તરત ઊઠીને રિસીવર લીધું. થોડી વાર સાંભળી નીચે મૂક્યું.

'કોનો ફોન હતો?' ક્ષિતિજે પૂછ્યું.

'રોંગ નંબર.'

ક્ષિતિજ કંઈ બોલ્યો નહીં. રોંગ નંબર! 'હલ્લો'નો અવાજ ઝાંખો ઝાંખો પરિચિત...પોતાના હલ્લોનો કશો જવાબ જ નહીં! ઓહ! તો એ પગલાં... પગલાં... એનાં કાને ક્યારેય દગો નહોતો દીધો.

અવાજનો આકાર 61

રમીની બાજી ખૂબ ચગી હતી. સુમીફોઈ ખુશખુશાલ હતાં. માઇનસમાંથી પ્લસમાં આવી ગયાં હતાં.

* * *

બંગલામાં શાંતિ કાપીને ચોસલા પાડી શકાય એવું ઘટ્ટ અંધારું આકાશમાંથી વરસાદની જેમ એકધારું વરસતું હતું. હવામાં એનાં પડનાં પડ જામી ગયાં હતાં. પવનનેય શ્વાસ લેતાં મુશ્કેલી પડતી હોય એવી બોઝિલ ચૂપકીદી હતી.

ક્યારેક દૂર કૂતરાનાં ભસવાનાં અવાજથી શાંતિ ચમકી જતી ફરી ધ્યાનસ્થ મુનિની જેમ સ્થિર થઈ જતી.

નંદુબાબુનાં ઘરનાં બારણાં એકાએક ધડાધડ ઠોકાવા લાગ્યા.

'જલદી આવો...ક્ષિતિજ. નંદુબાબુ...બચાવો...બારણાં ખોલો...'

એક આર્તભરી ચીસ શાંતિની નક્કર દીવાલ સાથે જોરથી અફળાઈ.

ઘરમાં સૌ ઊંઘમાંથી સફાળાં ઊઠી ગયાં.

બારણાં હચમચતાં હતાં.

'જલદી...બચાવો...બારણાં ખોલો...ઓહ...ચીસોનાં જાણે ટોળાં ઊમટી પડ્યાં.

પોતપોતાના રૂમમાંથી સૌ નીચે દોડી આવ્યાં. હજી સૌ અર્ધઘેન અને અંધારામાં અટવાતાં હતાં. ક્ષિતિજને અંધારાનો કશો બાધ નહોતો. એણે તરત બારણું ખોલ્યું.

નંદુબાબુએ બત્તી કરી.

ફાંટી આંખે પાગલની જેમ કાનુ અંદર ધસી આવી અને નંદુબાબુના પગમાં આળોટી પડી.

એનાં કપડાં ફાટી ગયાં હતાં. એના ઢગલો એક વાળ વિખરાયા હતા. મરણતોલ મારનાં ચામઠાં શરીરે ઊઠી આવ્યાં હતાં.

'નંદુબાબુ બચાવો. અહીં જ પડી રહેવા દો. હું ક્યાંય નહીં જાઉં. હું તમારી ગુલામ થઈને રહીશ પણ હું હવે પાછી નહીં જાઉં.'

એનું શરીર એક ઝોલો ખાઈ બેભાન બની લથડી પડ્યું.

૯

'મરનાર તમારા શું સગાં થાય?'

'માસી.'

'કોઈ નજીકના સગાં કે ખરેખર જ માસી?'

'એ હું તમને કહું – લલિતામાસી મારા ખરેખર માસી એ અર્થમાં તો નહોતા, પણ મારી બાના દૂરદૂરનાં બહેન અને મારા બાપુને પણ ઘણો સારો સંબંધ.'

'તો પછી એમનાં નજીકનાં કોઈ સગાં હશે જ.' ઇન્સ્પેક્ટર વાતો કરતા હતા, નજર બધે ફર્યા કરતી હતી.

'ના, ઇન્સ્પેક્ટર, કોઈ નહોતું તેથી અમારા કુટુંબ સાથે એમને સારો સંબંધ રહ્યો હતો.'

'તમારી ઓળખાણ?'

'મારું નામ નંદલાલ, પણ બધાં મને નંદુબાબુ જ કહે છે. આ મારી પત્ની સુધા. સામે બેઠી છે તે સુમી મારી બહેન અને આ ક્ષિતિજ મારો પુત્ર.'

'હલ્લો! ઇન્સ્પેક્ટર.'

'તમે-તમે-ઓહ, આઈ એમ સૉરી!'

'યસ હું બ્લાઈન્ડ છું. ઇટ્સ ઓલ રાઇટ ઇન્સ્પેક્ટર. લાગણીવશ થવાનું સ્ટેજ મેં વટાવી દીધું છે.'

'હં સુધાબહેન તમારાથી જ પ્રશ્નોની શરૂઆત કરું? મરનાર સાથે તમારે કોઈ ઝઘડો કે વેરઝેર હતાં ખરાં?'

'ના ઇન્સ્પેક્ટર...' સુધાબહેને શાંતિથી ડોકું ધુણાવ્યું.

* * *

'લલિતામાસી, મને મારા પ્રશ્નનો જવાબ જોઈએ છે.'

'કેટલીવાર એકની એક વાત! મને તો કંટાળો આવી ગયો.' જરાયે ઉનવાયા વિના લલિતામાસી બોલ્યાં.

'મારે આજે જ ફેંસલો કરવો છે.'

'ઓહો એમ છે!' મીઠું ફૂંકીને કરડતાં ઉંદરની જેમ લલિતામાસીએ ચશ્માં કાઢી સાફ કર્યાં.

'શા માટે સતાવો છો અમને માસી? તમારી પાસે શી કમી છે?' મક્કમતાને બદલે આજીજી બનતી ગઈ એનો સુધાબહેનને ખ્યાલ સુધ્ધાં ન રહ્યો.

'શું કમી છે એટલે? હા, મારી પાસે પૈસા છે એ વાત સાચી પણ ભિખારીમાં લૂંટાવી દેવા જેટલી હું મૂર્ખ નથી સમજી?'

સુધાબહેન છંછેડાયાં.

'ભિખારી? એટલે તમે કહેવા શું માગો છો? શું અમે ભિખારી છીએ?'

'નહીં તો બીજું શું? તમે લોકો જ મને કહેવાની ફરજ પાડો છો. ચોરી પર શિરજોરી. આટલાં વર્ષની મારી ભલમનસાઈનો લાભ ઉઠાવવા માંગો છો?' લલિતામાસીને પણ હવે ગુસ્સો ચડી ગયો હતો.

સુધાબહેનનાં કાળજામાં ઊંડો ઘા થઈ ગયો.

'ભલમનસાઈ? એ શબ્દ પણ તમારા મોંએ લાજી મરે છે. એક ક્ષણ તમે ભૂલવા દીધું છે કે અમે તમારા ઉપકાર નીચે છીએ? ગરમ ગરમ અંગારા ચાંપ્યા સિવાય તમે બીજું શું કર્યું છે?'

'તમે લોકો નફ્ફટ બની માગણી કરો તો ગુસ્સે ન થાઉં તો બીજું શું કરું? કહેશો મને?' આજે લલિતામાસી પણ છેક છેલ્લે પાટલે બેસવા માગતા હતાં.

'નફ્ફટ શેનાં વળી? અમે સામે ચાલીને માગવા થોડા ગયા હતા? તમારા બાપુજી નંદુબાબુના બાપુના એટલે કે મારા સસરાના ખાસ મિત્ર. ભાઈથી વિશેષ, તમે એક જ સંતાન અને અઢળક દૌલત. મિત્રને એક જ પુત્ર નંદન અને એનો દીકરોય અંધ! ગરીબ મિત્રને દિલાવરીથી એમણે આખો બંગલો આપી દીધો!'

'આટલાં વર્ષ મેં એ જગ્યા વાપરવા દીધી. હવે હું મારી જ વસ્તુ પાછી લઈ લેવા માગું છું, એમાં ખોટું શું છે?' લલિતામાસીએ બેફિકરાઈથી હાથમાંનો કાગળ રમાડતાં કહ્યું.

'અમે બધાં ક્યાં જઈશું એનો તો વિચાર કરો? આંધળા છોકરાને લઈને ફૂટપાથ પર પડી રહું?' પછી કહેવું ન કહેવું ના અવઢવમાં અટકીને બોલ્યાં, 'એકબાજુથી સુમીબહેન પણ એની બધી મિલકતની બીજી વ્યવસ્થા કરી નાખવાની ગોઠવણમાં છે અને આ બાજુથી તમે આમ કરો તો...' સુધાબહેનની આંખમાં પાણીનો પડદો છવાઈ ગયો.

'હું પરણીને આવી ત્યારે તમારા બાપુ અને મારા સસરાની આખો દિવસ જોડે બેઠકઊઠક. તમારા બાપુ તો બાદશાહી સ્વભાવના ગુલાબી માણસ. એ રોજ કહેતા, 'મારે શું બન્ને બંગલાને બટકા ભરવા છે? આ બંગલો તો નંદુનો જ. એમની તો બહુ ઇચ્છા હતી.....'

'મારાં લગ્ન નંદુબાબુ સાથે કરવાની હતી એ પણ હું જાણું છું.' લલિતામાસી ખડખડાટ હસ્યાં. આખીયે વાતમાં હવે એમને ઔર આનંદ પડતો

હોય એમ એમની આંખો ચશ્માંના કાચ નીચે ઉઘાડમીંચ થતી હતી. 'પણ નંદુ કાયર નીકળ્યો. ભાગી ગયો. મને જીરવવાની તાકાત એનામાં નહોતી. નંદુ લહેરી હતો, દેખાવડો હતો. મને સાચ્ચે જ ગમતો હતો. મને પરણ્યો હોત તો આજે આ હાલત ન હોત. હું એને હથેળીમાં રાખત.'

લલિતામાસીની નફ્ફટાઈ પર સુધાબહેન બળી ગયાં. જેટલી ધનવાન હતી તેટલી જ એ હૈયાસૂની હતી.

લલિતામાસી તો વાત કરતાં ચગ્યાં હતાં. 'નંદુ હોત તો સાચે જ જિંદગી માણત અને આ બુઢ્ઢું કમળાશંકરને વફાદાર કૂતરાની જેમ જોડે ન ફેરવવો પડત.'

લલિતામાસીનું પાછું આ વાત પર હસવાનું ચાલુ થઈ ગયું. સામે બેઠાં બેઠાં સુધાબહેનનું હૈયું વળ ખાઈ ગયું. ડાકણ...જાદુગર...એણે પૈસાની લાકડી ફેરવી સૌને સોનેરી પરીમાંથી લાકડાનાં પૂતળાં બનાવી દીધાં છે. કમબખ્ત એક વાર રડે, એનું અદોદળું શરીર ઊંચકીને મારે પગે પડે...

'અને છેલ્લી વાર આ વાત સાંભળી લે. આવતે મહિને તમે રહો છો એ બંગલો મને ખાલી જોઈએ. એક તૂટેલો સામાન સુધ્ધાં નહીં રાખવા દઉં. શું સ્વાર્થી લુચ્ચા માણસો થાય છે આ દુનિયામાં! જો તો ઘર પચાવી જવું છે.'

ફરી લલિતામાસી બેવડ વળી વળીને હસવા લાગ્યાં.

સુધાબહેનના હાથ સળવળવા લાગ્યા. આ બન્ને હાથોની મજબૂત ભીંસ વડે આ ડોકરીનું ગળું દબાવીને ખતમ કરી દેવી જોઈએ. એનું ખડખડાટ હાસ્ય એનાં મૃત્યુની છેલ્લી ઘરઘરાટી બની જવું જોઈએ.

'બસ બંધ કરો હવે.'

એક ભયંકર ચીસ પાડીને આંધળા રોષથી સુધાબહેન ઊભાં થઈ ગયાં. લોહીનાં ટીપાં જેવી લાલ આંખો, ભીડી દીધેલાં હોઠ, ધ્રૂજતું શરીર...મોં પર ચિતરાયેલી હત્યા...

લલિતામાસીનું હસવાનું ફટ દઈને સંકેલાઈ ગયું. એમની આંખોમાં ભય માછલીની જેમ તરવા લાગ્યો.

ફૂંફાડો મારતો ક્રોધ જંગલી જાનવરની જેમ ત્રાટકી, સુધાબહેનને લોહીલુહાણ કરી, ચીત કરી દઈ તેમની છાતી પર ચડી બેઠો હતો. લલિતામાસીની આંખોમાં ભય જોઈ, લાલ લૂગડું જોતાં આખલો ઉશ્કેરાય એમ ક્રોધ વધુ વિફરતો હતો.

'સાંભળી લે ડોકરી, અગર જો મારું ઘર લઈ લીધું તો હું તારું લોહી પી જઈશ. તારી જાડી કરચલીવાળી ગરદન મરડી નાખીશ. આજ સુધી તેં

5

મદારીની જેમ બંદરનો ખેલ કર્યો. બસ, હવે બહુ થયું સાંભળ! પંદર દિવસની અંદર આ તારો બંગલો મારા ક્ષિતિજના નામ પર કરી મને કાગળિયાં સોંપી દે. બરાબર પંદર દહાડે આ જ સમયે હું આવીશ. તારા બાપનાં આત્માને પણ શાંતિ થશે, નહીં તો...'

સુધાબહેન બન્ને હાથ લાંબા કરી નિશ્ચયપૂર્વક તેમની તરફ આગળ વધ્યાં. લલિતામાસી ડર્યાં, છલાંગ મારીને ઊઠ્યાં અને દૂર જઈને ઊભાં.

'ત્યાં જ...ત્યાં જ...ઊભી રહેજે નાલાયક. હું પોલીસને ફોન કરીશ.'

સુધાબહેન હસ્યાં. મારણ પર પગ મૂકીને વાઘણ ઊભી રહે એમ સુધાબહેન ટટ્ટાર થઈ ગયાં.

'હું તારી જેમ બીકણ બાયલી નથી. તું તો મોટો બહાદુરીનો ફુગ્ગો ફુલાવીને ફરતી હતી. એક ઝીણું છીદ્ર પડતાં જ હવા ગુલ! સાંભળ. બરાબર પંદર દિવસે આજ સમયે હું આવીશ. જો મારું ધારેલું નહીં કરે તો તને પીંખી નાંખીશ ભૂલતી નહીં.'

* * *

'તમારી અને મરનાર વચ્ચે કોઈ ઝઘડો, કોઈ અદાવત?'

ઇન્સ્પેક્ટરે ફરીથી પ્રશ્ન પૂછ્યો અને દરેકનાં ચહેરાને બારીકીથી જોવા લાગ્યા.

હં. દરેકના હોઠ પર ન કહેવાયેલી વાતો મીણની જેમ જામી ગઈ છે. માસીનાં મૃત્યુ પર કોઈની આંખોમાં અદશ્ય આંસુનું ટીપું સુધ્ધાં નથી. અને આ...સ્ત્રી...શું નામ કહ્યું હતું સુધા! યસ સુધાબહેન, એના મોં પર તો ખુશીની સ્પષ્ટ ઝલક છે, જાણે એના મૃત્યુથી આ સ્ત્રી ગેલમાં આવી ગઈ છે.

સુધાબહેને ઝડપથી ડોકું ધુણાવ્યું.

'ના. અમારે મરનાર સાથે ક્યારેય ઝઘડો નથી થયો.'

નંદુબાબુને હવે બોલવાનું સૂઝયું હોય એમ બોલ્યા, 'હા હા બરાબર. અમારે તો માસી સાથે સારા સંબંધો. ઉત્તમ. માસી નિયમિત કમળાશંકર સાથે આવતા. અમે બધાં નિરાંતે વાતો કરતાં.' નંદુબાબુએ ધોતિયાના છેડાને વળ દેવાનું શરૂ કરી દીધું હતું.

ઇન્સ્પેક્ટરે આ ક્રિયા ધ્યાનથી જોઈ જૂઠું! હળાહળ જૂઠું! ઓલ્ડમેન.

સુમીફોઈ ખોંખારો ખાઈને બોલ્યા, 'જુઓ, ખરું કહું ઇન્સ્પેક્ટર? હાં, અમારે બહુ સારા સંબંધો, જેને ઉષ્માભર્યા સંબંધો તમે ગણો એવાં નહોતાં, છતાં તમે કહો છો એવા અર્થમાં ઝઘડો પણ ક્યારેય થયો નથી પછી અદાવતનો પ્રશ્ન જ નથી. એ અમારે ત્યાં આવતાં એટલું જ. બાકી અમે

કોઈ એમને ત્યાં જતાં નહીં.'

'કેમ એમ? તમારે જવાનું બનતું નહીં?'

'અમને એનું કામ જ ન પડતું, ઇન્સ્પેક્ટર કે એમને ઘરે જવું પડે. એમને પોતાને પણ એવી રીતે સમયનો વ્યય કરવો ન ગમતો. એ વિવિધ સંસ્થાઓ સાથે સંકળાયેલા હતા તેથી ખાસ્સું કામ રહેતું. એટલે ઘરે કોઈ આવે જાય તેના પર તેમને સખ્ત ગુસ્સો આવતો. પછી કોણ હૈયાફૂટું જાય?'

'ઓહ આઈ સી.'

* * *

'કર્નલ, હું આજે લલિતામાસીને ઘેર ગઈ હતી.'

'કેમ?' કર્નલે ચિરૂટ પરની રાખ બરાબર એશ-ટ્રેમાં ધ્યાનથી ખંખેરી.

'મેં ઘરમાં તો કોઈને કહ્યું નથી, પણ આ બંગલા માટે જ જવું પડ્યું. જગ્યાની હમણાં તો કેટલી તંગી છે? બંગલો અત્યારે તો કાચો સોનાનો ટુકડો કહેવાય. તમને ખબર છે? નંદુબાબુના એક ફ્રેન્ડ એસ્ટેટ એજન્ટ છે. એમણે કહ્યું હતું કે આટલી જગ્યા ને આટલી સગવડો – અત્યારે એની કિંમત દસેક લાખ તો ખરી.'

'શું વાત થઈ માસી સાથે?'

'વાત કેવી? ઝઘડો થઈ ગયો. જબરજસ્ત ઝઘડો થઈ ગયો. મને એવો તો કાળ ચડી આવ્યો કે ઘુવડની આંખો ખેંચી કાઢવાનું મન થઈ ગયું.' એ એકદમ ઝનૂનથી બોલ્યાં.

'અરે સુમી!' કર્નલ નવાઈ પામી ગયા. 'આટલો રોષ!'

'ઓહ કર્નલ! આ બૂઢી બંગલો છીનવી લેશે તો અમે શું કરીશું? એનો મતલબ એ કે મારે મારા પૈસા ઇન્વેસ્ટમૅન્ટમાંથી ખેંચી લઈ કશેક પણ જગ્યા લેવી પડે. અને જો વ્યાજ બંધ થાય તો પછી અમે બધાં...સાચે જ કર્નલ! લલિતા પર એટલી દાઝ ચડે છે. આટલાં વર્ષ પછી કોણે આ ભૂસું મગજમાં એને ભરાવી દીધું?'

'તારી વાત ખરી છે, પણ રોષ કરવાથી શું વળશે?'

'ઓહ કર્નલ! આ જાતજાતની પરેશાનીથી હું તંગ આવી ગઈ છું. દિવસની એક એક ક્ષણનાં ચોસલાં વણફૂટ્યાં બૉમ્બ બની, મારી આસપાસ ગોઠવાયે જાય છે. ક્યારે, કઈ ક્ષણે હોનારત થશે, હું નામશેષ થઈ જઈશ. ભયની દોરી પર હું બજાણિયાની જેમ ચાલું છું.'

સુમીફોઈ ઢીલાં થઈ ગયાં. આવેશના વેગથી એ કર્નલ પાસે આવ્યાં. સ્વર ધીમો હતો. ગભરુ પારેવાની પાંખ જેમ ફફડતો હતો. 'કર્નલ, મારી

જિંદગીમાં કશું નથી. જો તમે પણ મને છોડી દેશો...' કર્નલનો હાથ પકડી સુમીબહેન રડી પડ્યાં.

ચિરૂટ બુઝાવી કર્નલે પ્રિયતમાને નજીક ખેંચી લીધી. 'સુમી, ભૂલી જા બધું. છોડી દે આ બધું. ભાઈનાં કુટુંબને નાહકની ગળે વળગાડીને ફરે છે! ચાલ અહીંથી ચાલી જઈએ. તારી ચિંતાઓ ભય, જોખમ એ તમામનાં બોજ નીચે આપણો પ્રેમ ચગદાઈ રહ્યો છે. હું તને મુક્તપણે નિર્બંધ પ્રેમ કરવા માગું છું. તારા જીવનની એક એક ક્ષણને હું નિર્વ્યાજ સ્નેહથી છલોછલ ભરી દઈશ.'

'મુગ્ધ વયની મખમલી સપાટી પર આપણે મળ્યાં હોત તો એમ બની શક્યું હોત કર્નલ, પણ હવે...એમણે કર્નલનો હાથ પકડી પોતાના હાથમાં જકડી લીધો,

'ઓહ સુમી, આઈ લવ યુ.'

'એટલે જ હું ટકી શકી છું, કર્નલ. બસ હવે બહુ વાર નથી. અને ધુમ્મસ સદાકાળ તો નથી રહેવાનું. જાણો છો વીલની વાત મેં એવી ગૂંચવી દીધી છે કે હું પણ હવે ભૂલી ગઈ છું કે સાચું શું છે!' એમણે હળવાશથી કહ્યું.

કર્નલે ઝૂકીને વહાલથી પ્રિયાના હોઠ ચૂમી લીધા.

* * *

'અચ્છા! એમ વાત છે. સુમીબહેન. તમારે કોઈને એમને ઘરે જવાનું ક્યારેય બનતું નહીં, ખરું?'

સુમીફોઈ, નંદુબાબુ, ક્ષિતિજ આ આખી વાતને આખરી સીલ મારતાં હોય એમ અજાણપણે ડોકું ધુણાવ્યું. સુધાબહેનને ઇન્સ્પેક્ટરની ચિકાશ પર ખીજ ચડી. એકની એક વાતને મંકોડાની જેમ વળગી રહ્યો હતો વેદિયો. પેલી મરી ગઈ તો મરી ગઈ. એ સારી વાત હતી. એક અત્યંત સ્વાર્થી, ક્રૂર, લુચ્ચી બાઈ મરી ગઈ. એ કેસની તપાસનો જ કોઈ અર્થ નહોતો. હવે દરરોજ જુદા જુદા વિચિત્ર પ્રશ્નોના તીક્ષ્ણ હથિયારોથી લલિતામાસીના મૃત્યુને ચૂંથવાનો અર્થ શો હતો? એમાં કોઈનું ભલું નહોતું. પોતાનું તો નહીં જ. આ બધું જલદીમાં જલદી દટાઈ જવું જોઈએ.

'એક વાર તમને કહ્યું ને ઇન્સ્પેક્ટર, અમારે એમની સાથે નિકટનો કોઈ સંબંધ નહોતો.' સુધાબહેનના સ્વરની ચીડ બધાએ પારખી.

'એમ ચિડાય છે શાની સુધા? એક વ્યક્તિનું મૃત્યુ થયું છે. ખૂન થયું છે. એની સાથે આપણે સંબંધ હતો. ઇન્સ્પેક્ટરને પૂછપરછ કરવાનો હક્ક છે.'

'સારું.' હોઠ કરડીને સુધાબહેન ચૂપ થઈ ગયાં.

* * *

રાત નદીના પાણીની જેમ ખળખળ વહેતી હતી. અંધારાની હોડીમાં શાંતિ તરતી હતી. આખું ઘર ઘેરી ઊંઘમાં જંપી ગયું હતું.

ક્ષિતિજ ઊઠ્યો અને જરાય અવાજ ન થાય એની તકેદારી રાખતો ખંડની બહાર નીકળ્યો. અંધારી દુનિયામાં ચાલવાને ટેવાયેલા એના પગ દીવાનખંડમાં ત્વરાથી ચાલતા હતા.

એણે હળવેકથી ધક્કો માર્યો. રસોડાનું બારણું ખૂલી ગયું.

'કાનુ.'

કાનુ ઝબકીને બેઠી થઈ ગઈ. 'કોણ છે?'

'હું છું. ગભરાઈ ગઈ કાનુ?'

'તમે? તમે અત્યારે?' અજાણતાં જ કાનુએ ઓઢણીને શરીર પર વધુ લપેટી અને બત્તી માટે સ્વીચ તરફ હાથ લાંબો કર્યો.

ક્ષિતિજ સમજ્યો. એણે ઝડપથી કહ્યું, 'બત્તી ન કર, કાનુ. બારણું ખુલ્લું છે. બહાર અજવાળું જશે. હું અંદર આવી બારણું બંધ કરું પછી જ બત્તી કર.'

કાનુ ખચકાઈ ગઈ.

ક્ષિતિજ ધીમું હસ્યો.

'વિશ્વાસ નથી કાનુ? ડર નહીં. હું તો તે દિવસની માફી માંગવા આવ્યો છું, અંદર આવું?'

કાનુએ હાથ પકડી ક્ષિતિજને અંદર લીધો. બારણું બંધ કરી બત્તી કરી. 'બોલો.'

'હું તે દિવસે તારી સાથે સારી રીતે નહોતો વર્ત્યો. કાનુ, મને માફ કર. તારા સ્પર્શથી હું પાગલ બની ગયો હતો. છી, મારે માટે શું ધારી લીધું હશે તેં!' ક્ષિતિજ નીચે બેસી ગયો.

ક્ષિતિજથી થોડે દૂર કાનુ પથારીની કોરે બેઠી.

'એમાં માત્ર તમારો જ વાંક નથી. ક્ષિતિજ, હું પણ એટલી જ પ્રબળ આવેગથી તમને ઝંખતી હતી. ખેર! જવા દો એ વાત. ભૂલી જાઓ.'

ક્ષિતિજે શેતરંજીની ખરબચડી સપાટી પર આંગળી ફેરવી.

'કાનુ. એક વાત પૂછું? આ પ્રસંગ માત્ર તારો મારો ક્ષણિક આવેગ જ હતો? વિશેષ કશું નહીં?'

'એટલે?'

'તું કહેશે તોય મારે માટે એ વાત ભૂલી જવી આસાન નથી. મારી સુસ્ત અંધારી દુનિયામાં એણે પ્રકાશ પાથર્યો છે. હું તને ચાહું છું.'

'ક્ષિતિજ.' કાનુ બેચેન બની ગઈ.

'હા કાનુ, પણ મારાથી ડરતી નહીં. એ દિવસનાં મારાં વર્તન માટે માફ કરીશને? હું સોગનથી કહું છું. હું તને સ્પર્શ પણ નહીં કરું, પણ મારું અંતર તને ચાહ્યા વિના રહી જ નહીં શકે. તું હવે અહીં જ રહે છે એટલે મારે તને હૈયાધારણ આપવી હતી અને એટલે જ આ કસમયે આવ્યો છું કાનુ, મારા તરફથી કોઈ ભય નહીં રાખતી. નિશ્ચિંત બની જજે.'

કાનુની થીજેલી વેદના ક્ષિતિજના શબ્દોની ઉષ્માથી પીગળવા માંડી. આ શબ્દો – આ ઉમળકો એણે ક્યારેય આવું અનુભવ્યું જ નહોતું! શું પોતાની માણસ તરીકે એટલી કિંમત છે કે એક યુવક પોતાને માટે પ્રાણ પાથરે? આ દુનિયામાં હજી પણ જીવવાનો મોહ થઈ જાય એવો ભોળો નિર્દોષ ચહેરો, આ બુદ્ધિ, આ સ્નેહભીનું હૃદય – આવી મહામૂલી દોલતની એ સ્વામિની હતી!

'રડ નહીં કાનુ! તારા સુંદર ચહેરાને આંસુથી ખરડી ન દે.'

'તમે – તમે કેમ જાણ્યું હું સુંદર છું! હું ખરાબ છું. ક્ષિતિજ, ખૂબ ખરાબ છું.' કાનુ રડી પડી.

'છી છી એવું ન બોલ, કાનુ. મારે આંખો નથી એટલે જ હું સૌંદર્ય જોઈ શકું છું. સ્પર્શથી, ગંધથી, સ્વરથી હું સૌંદર્યને ઓળખી શકું છું. આંખો માણસને છેતરે છે. જેને દૃષ્ટિ છે તે સાગરની નીલી ભૂરી સપાટીને જોયા કરે છે. જ્યારે મારું મન સાગરની મોંઘી મિરાતને જ દેખે છે. હૃદયથી જીવું છું અને હૃદય કદી દગો નથી દેતું, કાનુ.'

'બસ કરો ક્ષિતિજ, તમે – તમે – જાઓ.' કાનુને બીક લાગી. એ હમણાં ધ્રુસકે ધ્રુસકે રડી પડશે.

'જરૂર કરતાં એક ક્ષણ વધુ નહીં રહું. કાનુ, એક જ વાત કહે, એ રાત્રે તું તારું ઘર છોડી મરણતોલ હાલતમાં અહીં આવી શા માટે?'

'ક્ષિતિજ, તમે બધું જાણશો તો સાચે જ મને ધિક્કારશો.' કાનુથી ન રહેવાયું. ક્ષિતિજના ખોળામાં માથું મૂકીને રડી પડી.

સ્વસ્થતાથી ક્ષિતિજ કાનુના વાળમાં હાથ ફેરવતો રહ્યો,

'નહીં કાનુ, હું તને ક્યારેય નહીં ધિક્કારું. વ્યક્તિ જેવી પણ હોય એવી જ એને સ્વીકારવામાં જ પ્રેમની મહત્તા છે. તારી કોઈ પણ ભૂલ હોય, હું તને મદદ કરીશ.'

કાનુએ ક્ષિતિજની છાતી સાથે મુખ ચાંપી દીધું. ક્ષિતિજે એના ચહેરા પર હાથ ફેરવતાં કહ્યું, 'જાણે છે કાનુ, હું અંધ ન હોત તો તારી સાથે લગ્ન કરત. તું ના પાડત તોય તને ઊંચકીને લઈ જાત.'

કાનુનો સ્વર ઘેનભર્યો બનતો હતો. 'અંધ છો તેથી શો ફેર પડે છે,

ક્ષિતિજ! છતી આંખે આંધળા માણસોથી આ દુનિયા ભરેલી છે. હું તો માત્ર તમને જ સ્નેહ કરું છું. તમે મને સ્વીકારશો? જેવી છું એવી જ?'

ક્ષિતિજે બન્ને હાથમાં કાનુને ભીંસી દીધી.

'તું મારી પર દયા લાવીને તો નથી કહેતી ને!'

કાનુએ ક્ષિતિજના હોઠ ચૂમી લીધા.

'તો હવે મને કહે કાનુ, તારા હૃદયમાં શી વેદના છે? મને જાણવાનો અધિકાર છે.'

કાનુએ ક્ષિતિજનો હાથ પકડી ધીમેથી દબાવ્યો.

'હા ક્ષિતિજ, આજે હું તમને બધું કહીશ. કશું સિલકમાં નહીં રાખું.

૧૦

ઇન્સ્પેક્ટર દીવાનખંડમાં ક્ષિતિજ સાથે બેઠા હતા. ક્ષિતિજને ઇન્સ્પેક્ટર સાથેની વાતોમાં ખૂબ રસ પડ્યો હતો.

'ઇન્સ્પેક્ટર, તમે ખૂનીને શી રીતે પકડો છો?'

'વેલ' ઇન્સ્પેક્ટરે હસીને કહ્યું. 'અટપટા લાગતા કેસ પણ આખરે સીધા જ હોય છે. કારણ કે મદ, મત્સર, કામ, ક્રોધ, લોભ, મોહ, ગીતામાં માણસનાં આ જે દુશ્મનો ગણાવ્યા છે એ જ તો ખૂનીને પકડવામાં અમને સહાય કરે છે.'

'કંઈ સમજાયું નહીં.' ક્ષિતિજે આતુરતાથી આંખો પટપટાવી.

'ખૂબ સરળ છે. આ અવગુણો ખૂનીમાં પણ ભારોભાર ભર્યા હોય છે અને એમાંથી જ કોઈ એક કારણસર ખૂન કરવામાં આવે છે. એટલે જ મરનારનાં સ્વભાવ અને વ્યક્તિત્વ વિષે જાણવા બહુ આતુર હોઉં છું.'

'અરે પણ જે વ્યક્તિ મરી જ ગઈ છે તેના સ્વભાવ પારખવાથી ખૂની શી રીતે પકડાય?'

નંદુબાબુ, સુધાબહેન પણ ત્યાં આવીને બેઠાં. ઇન્સ્પેક્ટરે ક્ષિતિજ સામે જોઈ બોલવાનું ચાલું રાખ્યું :

'તમારા જેવું જ માનવાની ભૂલ બધા કરે છે એટલે અમારો રસ્તો વધુ સરળ બને છે. હું મરનાર વ્યક્તિ માટે જેટલું બને તેટલું વધુ જાણવાનો પ્રયત્ન કરું છું – એના સ્વભાવનું એવું કયું પાસું હતું કે ખૂની ખૂન કરવા માટે તત્પર થઈ ગયો?'

'ઓહ, આ તો ખૂબ રસપ્રદ છે.' ક્ષિતિજ જરા આગળ ઝૂક્યો.

'અને તેથી જ જેટલી બને તેટલી વાતો કરવાની તક હું ઝડપી લઉં છું. મરનાર સાથે જે જે લોકો સંકળાયેલા હતા એ બધા સાથે હું વાતો કરું છું કામની, નકામી, સાચીખોટી. પછી એ બધા વાતોનાં ગૂંચળામાંથી કામના ટુકડાઓ વીણી વીણીને મરનારનું ચિત્ર નજરે સામે ખડું કરું છું. પછી વિચારું છું કે આવી વ્યક્તિનો જાન લેવા માટે શું કારણ હોઈ શકે? શક્ય કારણની ઘડ મનમાં બેસતાં જ હું મૃત વ્યક્તિની દૂરની, નજીક બન્ને વ્યક્તિઓમાં એ કારણ કોને ફીટ થાય છે તેની તપાસ કરું છું.'

ઉશ્કેરાયેલાં સુધાબહેન સામે નજર સરખીયે કર્યા વિના ઇન્સ્પેક્ટર ક્ષિતિજ સાથે શાંતિથી વાત કરતા હતા.

ક્ષિતિજ ખુશ થયો હતો.

'મને લાગે છે કે આ આખી ક્રિયા જીગઝોપઝલ રમત જેવી જ છે નહીં! કોઈ નિશ્ચિત આકારના નાના નાના ટુકડા એકઠા કરી પછી તેને ગોઠવવાના.'

'એક્ઝેટલી.'

'ભઈ, અમારા જેવા સાદાસીધા માણસ માટે સમજવું જરા આ અઘરું કહેવાય.' નંદુબાબુએ ટાલ પર હાથ ફેરવ્યો.

બધાં થોડું હસ્યાં.

'લલિતામાસી જોડે બીજા ઘણાં સંકળાયેલા હતા. બધા સાથે વાત કરોને.' સુધાબહેનના શબ્દો પાછળ વ્યંગ જ ન હોય એમ ઇન્સ્પેક્ટર સરળતાથી હસ્યા.

'હા, સુધાબહેન. ઘણાં લોકોને મળું છું, વાતો કરું છું.'

'દાખલા તરીકે?'

'તેમના નવા જૂના નોકરો, બૅંકના ક્લાર્ક, મોટર ગૅરેજના માણસો, જુદી જુદી સંસ્થામાં હતા તેના સભ્યો, ધોબી, મોદી બધા જ.'

'તમારા જ શબ્દોમાં કહું તો આ બધા લોકોની વાતોથી તમે લલિતામાસીનું ચિત્ર ઊભું કર્યું. બરાબર?' નંદુબાબુએ નારાજીથી ખિજાયેલી પત્ની તરફ નજર કરી.

ઇન્સ્પેક્ટર એ નજર સમજ્યા. 'ના મને ખોટું નથી લાગ્યું – સુધાબહેન સાથેની વાતોથી ઊલટાનું મારા વિચારો વધુ વ્યવસ્થિત બને છે.'

'અને કેવું છે એ ચિત્ર?'

'એ બાઈ પૈસાની ભૂખી, અત્યંત મતલબી, સ્વાર્થી સ્ત્રી હતી. પોતાની જાત સિવાય બીજા કોઈ પર તેને પ્રેમ નહોતો. દરેક જણ તેનું તાબેદાર રહે એમ તેનું સત્તાશોખીન માનસ ઇચ્છતું હતું.' ઇન્સ્પેક્ટર સૌને તાકતા દરેક અક્ષર પર વજન મૂકી બોલતા હતા.

'તમે તો લલિતામાસીને નિકટથી ઓળખતા હો એવું જ લાગે, ઇન્સ્પેક્ટર.' નંદુબાબુએ આંખો ફાડીને કહ્યું.

ઇન્સ્પેક્ટરે સુધાબહેન સામે અછડતી નજર કરી વાત પૂરી કરી. 'એટલે આ સત્તાશોખીન સ્વભાવ સામે બળવારૂપે અથવા તેની દોલત માટેના લોભથી એનું ખૂન થયું છે.'

'હં હવે સમજાયું ક્રોધ અને લોભ – આ થયા તમારાં શક્ય કારણો.' ક્ષિતિજે વાતનું સમાપન કર્યું. 'અને હવે આ કારણો જેમાં ફીટ બેસે તેવી વ્યક્તિને શોધો છો કેમ?'

'અને એ વ્યક્તિને આ ઘરમાંથી શોધો છો?' સુધાબહેનનો સ્વર ક્રોધમાં તરડાઈ ગયો.

ઇન્સ્પેક્ટર વધુ સ્વસ્થ બન્યા. વાતોનો દોર ફરી શરૂ થતો હતો. હસીને બોલ્યા, "મેં એવું કહ્યું નથી. ચાલો, હવે આપણે કામની વાતો પર આવીશું!"

ઇન્સ્પેક્ટરનો સ્વર ધીમે ધીમે સ્વાંગ બદલતો હતો.

'મરનારનું ખૂન થયું, 5મી નવેમ્બરે બપોરે આસપાસ ચારના સુમારે. તે જ દિવસે એટલે કે 5મી નવેમ્બરે મરનારને તમારામાંથી કોઈ મળ્યું હતું?'

સૌ ચૂપચાપ બેઠાં હતાં. ઇન્સ્પેક્ટરની વેધક નજર સૌની દૃષ્ટિની સપાટી પરથી સરકીને ક્ષિતિજ પર થંભી, 'ક્ષિતિજ, તમે મરનારને ત્યાં ગયા હતા?'

'હું?' નવાઈથી ક્ષિતિજ બોલ્યો, 'નારે ઇન્સ્પેક્ટર, હું તો ખાસ કોઈને ત્યાં જતો જ નથી. મને લાગે છે કે ચારેક વર્ષ પહેલાં એમને ત્યાં ગયો હતો.'

ક્ષિતિજનો જવાબ પૂરો થતાં જ ઇન્સ્પેક્ટરે ઝડપથી નંદુબાબુ તરફ ફરીને પૂછ્યું, 'તમે નંદુબાબુ?'

નખ કાતરતા નંદુબાબુ ચમકી ગયા. 'હું? હું...ક્યાં?'

'મરનારને ત્યાં ખૂનને દિવસે તમે ગયા હતા ખરા?'

ઇન્સ્પેક્ટરની પ્રશ્નો પૂછવાની ઢબ પર ક્ષિતિજ ખુશ થઈ ગયો.

'જી ના, ઇન્સ્પેક્ટર. અમારા બંગલાની સામે કર્નલ રહે છે. અત્યારે તો એ રિટાયર છે. તેમને ત્યાં જ આખો દિવસ હતો. સુધાની તબિયત સારી નહોતી. એ આખો દિવસ સૂતી હતી. મારી બહેન સુમી એની બહેનપણીને ત્યાં બે દિવસ રહેવા ગઈ હતી.'

'અચ્છા, હું તમારા બહેન...શું નામ? યસ, સુમીબહેન કેમ દેખાતાં નથી?'

'બહાર ગઈ છે શૉપિંગ કરવા, હમણાં જ આવી જશે.'

'તમે સુધાબહેન?' જાણે અચાનક જ સુધાબહેનને પૂછવાનું યાદ આવ્યું હોય તેમ એમણે પૂછી લીધું, 'ખૂનના દિવસે તમે મરનારને મળ્યાં હતાં?'

'હમણાં જ તમને કહ્યું ને એમણે? મારી તબિયત સારી નહોતી. હું સૂતી હતી.' સુધાબહેને રોષથી જાણે વડચકું જ ભર્યું.

'તમે ગમે ત્યારે ઘરેથી કોઈનાં ધ્યાન વગર નીકળીને ત્યાં ગયાં હો અને પાછાં ફરી ગયાં હો એ સંભવ છે.' ઇન્સ્પેક્ટરે અત્યંત સ્વાભાવિકતાથી કહ્યું.

'એટલે? તમે શું કહેવા માગો છો? મેં એ ડોકરીનું ખૂન કર્યું એમ?' ઉશ્કેરાટમાં સુધાબહેન ઊભાં થઈ ગયાં.

'સુધાબહેન, જેમ માણસો વાતો કરે છે એમ કાગળો પણ વાતો કરે છે.' ઇન્સ્પેક્ટરે સોફાનાં કવર પરની કરચલી ઠીક કરતાં શાંતિથી કહ્યું.

'કાગળો? કયા કાગળો?' સુધાબહેનનો અવાજ ધ્રૂજી ગયો.

'કોઈ પણ કાગળો. મિલકતનાં કાગળો, ખાનગી કાગળો. વીલ બધું જ બોલતું હોય છે.' ઇન્સ્પેક્ટર ઠંડા શબ્દોથી સુધાબહેનને ઉશ્કેરતાં હતાં.

ક્ષિતિજ અકળાતો હતો. મમ્મી ઘણું બોલે છે. ઇન્સ્પેક્ટર સાચા હતા. વાતો...વાતો...વાતોની તિરાડમાંથી શકરા જેવી આંખે કશુંક શોધી કાઢતા હતા.

'મિલકતનાં કાગળો શું બોલે છે, ઇન્સ્પેક્ટર? આ બંગલો મારા ક્ષિતિજનાં નામ પર કર્યો છે કે નહીં જલદી બોલો.'

ક્ષિતિજથી સહન ન થયું.

'પ્લીઝ મમ્મી, તું શું બોલે છે તેનું તને ભાન છે?'

'તું ચૂપ રહે, ક્ષિતિજ. તને આમાં સમજણ ન પડે.' સુધાબહેન હવે કોઈનું સાંભળે એમ નહોતાં.

ઇન્સ્પેક્ટર ધીમું હસીને ફરી સોફાનાં કવર ઠીક કરવા રોકાયા હતા. ક્રોધ અને લોભ બન્ને આ સ્ત્રીને બરાબર બંધ બેસે છે. વાતો...હાં થોડી વાતો–

'કેમ જવાબ નથી આપતા, ઇન્સ્પેક્ટર? આ પ્રશ્ન ખૂબ જ મહત્ત્વનો છે.'

'પ્રશ્ન મારે તમને પૂછવાનો છે, તમારે મને નહીં. ખૂન થયું તે દિવસે તમે લલિતામાસીને મળ્યાં હતાં નહીં?' ઇન્સ્પેક્ટરનાં નરમ સ્વર પરથી, ધીમેથી મુલાયમ પડ ઊખડતું હતું.

સ્વર કડક ધારદાર બનતો હતો. 'ના ના ના કેટલી વાર કહ્યું તમને?' સુધાબહેને રોષના આવેશથી ચીસ પાડી, 'મેં આ કાળમુખી લલિતાડીનું મોં નહોતું જોયું.'

* * *

5મી નવેમ્બર!

બપોરે બરાબર સવાત્રણ.

સુધાબહેન ચૂપકીદીથી ખંડ બહાર નીકળ્યાં અને ઉપર જ ઊભાં રહી બધે નજર કરી.

આખું ઘર રસળતી બપોરનાં ઘેનમાં હતું. હવામાં આછી ઠંડીની છાંટ હતી. નંદુબાબુએ કર્નલને ત્યાં ચેસ જમાવી હતી. સુમીફોઈ બે દિવસથી એની બહેનપણીને ત્યાં રહેવા ગયાં હતાં. ક્ષિતિજનો ખંડ બંધ હતો. સુમીફોઈની મિકેનોની ગેઇમ રમતો હશે. કાનુ રસોડામાં ઊંઘતી હતી.

આ સારો સમય હતો. થોડા વખત પોતે લલિતામાસીને ત્યાં ચાલી જશે તો કોઈને ગંધ સુધ્ધાં નહીં આવે.

સુધાબહેન બિલ્લી પગે દાદરો ઊતર્યાં.

દીવાનખંડમાં મોટી ઇલેક્ટ્રિક ઘડિયાળની નીચે લટકાવેલા કેલેન્ડર તરફ સુધાબહેનની નજર મેળે જ પડી.

5મી નવેમ્બર.

લલિતામાસી જોડે ઝઘડો કર્યાને બરાબર પંદર દિવસ! આજે તો એણે

જવું જ જોઈએ.

સુધાબહેન બહાર સરકી ગયાં. કર્નલની બાલ્કની તરફ એક નજર કરી ગલી બહાર નીકળ્યાં અને ટૅક્સી કરી. લલિતામાસીને ઘરે પહોંચતાં બરાબર પોણાચાર થયા.

બેલ વગાડવા સુધાબહેને હાથ ઊંચો કર્યો, ત્યાં બારણું જરા ખુલ્લું હોય એવું એમને લાગ્યું.

ધક્કો મારતાં ખૂલી ગયું. આ વળી નવાઈની વાત! લલિતામાસી તો સેઈફ ડિપૉઝિટ વોલ્ટની જેમ હંમેશ બધું બંધ જ રાખતા. બહારનો નાનકડો ખંડ વટાવી સુધાબહેન ડ્રોઈંગરૂમમાં આવ્યાં. દીવાનખંડ મોટો અને સરસ સજાવેલો હતો. પોતાને માટે પૈસા વાપરવામાં છે એને જરાયે લોભ!

ખૂણાની બારી પાસે મોટાં ટેબલ-ખુરશી હતાં. પોતાની તરફ માસીની પીઠ હતી અને એ કશુંક લખતાં હતાં. કામમાં એકદમ મશગૂલ દેખાતાં હતાં.

ઘડિયાળમાં ચારના ડંકા થયા.

સુધાબહેન કેડે હાથ મૂકી ઊભાં રહ્યાં, 'કેમ લલિતામાસી, મેં તમને કહ્યું હતું ને કે હું આવીશ? બોલો, શો જવાબ આપો છો?'

* * *

પરસેવે રેબઝેબ સુમીફોઈ ઘરમાં દાખલ થયાં.

બધાં જ દીવાનખંડમાં બેઠાં હતાં. તેમને જોતાં એ બારણામાં જ ઊભાં રહ્યાં. ઇન્સ્પેક્ટરના ઉઝરડા પડે તેવા ધારદાર સવાલો સુધાબહેનનો તરફડતો ક્રોધ, બાઘા જેવા નંદુબાબુની આમતેમ ફર્યા કરતી નજર, ક્ષિતિજની અકળામણ...વાતાવરણ ધનુષની પણછ જેવું તંગ હતું.

'તમારી રાહ જોતો હતો, સુમીબહેન.' ઇન્સ્પેક્ટર હસ્યા. નવી ગિલ્લી નવો દાવ. ક્ષિતિજ ઇન્સ્પેક્ટરની વાગજાળ પર આફ્રિન થઈ ગયો.

'સુમી, કેમ આમ ગભરાયેલી લાગે છે? તારાં કપડાં, તારું મોં – શું થયું સુમી?' નંદુબાબુ જલદી બહેન પાસે ગયા.

ભાંગેલા પગે સુમીફોઈ ઘરમાં દાખલ થયાં અને ક્ષિતિજની બાજુમાં બેસી ગયાં. પછી સાડીના છેડામાં મોં ખોસી રડવા લાગ્યાં.

'શું થયું ફોઈ?' ક્ષિતિજે ફોઈનો વાંસો પંપાળ્યો.

નંદુબાબુ અને સુધાબહેનનાં પ્રશ્નોના જવાબમાં સુમીફોઈએ થોડું વધુ રડી લીધું.

રુદન ઊભરાઈ ગયું. હૈયું ખાલી થયું હોય એમ સુમીફોઈ શાંત થયાં.

'હું...આજે પડી ગઈ.'

નંદુબાબુ પગ પર થાપટ મારી હો હો કરતા હસી પડ્યા. 'સુમી, તું

નાના છોકરા કરતાંયે ગઈ? રડવા બેઠી?'

'મારી વાત તો સાંભળો.' સુમીફોઈ ચિડાઈ ગયાં. 'અત્યારે હું ઘરે આવતી હતી. બસની લાઇનમાં ઊભી હતી, કારણ કે ટૅક્સી ન મળી. થોડી વારે બસ આવી. લાઇનમાં એટલી ધક્કામુક્કી થઈ અને...અને...હું એકદમ પડી ગઈ. એ તો સારું થયું સમયસર મને બેત્રણ જણાએ ખેંચી લીધી નહીં તો...'

'જા સુમી, આરામ કર.'

સુધાબહેને આવી સુમીફોઈને ઉઠાડ્યાં. 'ચાલો ફોઈ, તમારા રૂમમાં સૂઈ જાઓ. ચા મોકલાવું છું.'

પણ સુમીફોઈ સુધાબહેનનો હાથ છોડી એકદમ ઇન્સ્પેક્ટર પાસે આવ્યાં. 'તમે...તમે... કોઈ સમજતા કેમ નથી? ઇન્સ્પેક્ટર, મને ખાતરી છે કે મને જાણી જોઈને ધક્કો મારવામાં આવેલો. મને મારી નાખવાનો જ એ પ્રયાસ હતો.'

ઇન્સ્પેક્ટરે તરત સુમીબહેન સામે જોયું અને એકીટસે તાકીને જોવા લાગ્યા.

બધાની સામે જોઈ અકળાતાં સુમીફોઈ બોલ્યાં :

'તમને કોઈને વિશ્વાસ કેમ નથી? ખરું જ કહું છું.'

'તમે સાચે જ ઉશ્કેરાઈ ગયાં છો. સુમીફોઈ, ચાલો ઉપર.' સુધાબહેને પાછો હાથ પકડ્યો.

ઇન્સ્પેક્ટરે કહ્યું, 'હું તમારી વાત માનું છું. મને કહેશો શું બન્યું?'

'હું લાઇનમાં ઊભી હતી. મારું મન વિચારમાં હતું. તમે ઘરે અત્યારે આવવાનાં છો તે હું જાણતી હતી તેથી ઉતાવળ પણ હતી, ત્યાં સામેથી બસ આવતી મેં જોઈ. લાઇનમાં ધમાચકડી મચી ગઈ. બસ સ્ટોપની નજીક આવી કે તરત જ મને ધક્કો વાગ્યો. હું ઊછળીને બસના રસ્તામાં પડી. હું ડરીને ઊઠવા ગઈ પણ હું ગભરાયેલી હતી. સાડીમાં પગ ભરાયો. બસ સાવ નજીક હતી ત્યાં જ કોઈ બે જણાએ દોડીને મને ઢસડી લીધી. એટલું ક્ષણ વારમાં એ બની ગયું.'

'ફોઈ, તારી કલ્પના તો નથી ને?' ક્ષિતિજે ચિંતાથી પૂછ્યું.

'ના ક્ષિતિજ, મને ખાતરી છે કોઈએ મારી પીઠ પર હાથ મૂકી બળપૂર્વક બસ તરફ ધક્કો માર્યો.'

'તમને ખાતરી છે ને કે તમારી ભૂલ નથી થતી! ધક્કામુક્કીમાં તમે જ સમતોલપણું...'

'ના, ઇન્સ્પેક્ટર. સોએ સો ટકા મને ખાતરી છે.' સુમીબહેને દૃઢતાથી કહ્યું. 'આ મારો ભ્રમ નથી. મારું ખૂન કરવાની એ વ્યવસ્થિત યોજના હતી.'

ઇન્સ્પેક્ટર તરત સુમીબહેન પાસે આવ્યાં. 'સુમીબહેન, એકદમ વિચારીને મારા પ્રશ્નનો જવાબ આપજો.'

'બોલો, ઇન્સ્પેક્ટર.'

'તમે લલિતામાસીના ખૂન વિષે કંઈ પણ જાણો છો?'

'હું? ના ના, ઇન્સ્પેક્ટર.' સુમીફોઈ નવાઈથી બોલ્યાં.

'નાની-મોટી કોઈ પણ ઘટના, કોઈ કામની નકામી વાત, કોઈ પ્રસંગ...'

'ના ઇન્સ્પેક્ટર.'

'તમારું ખૂન કરવાનો કોઈ પ્રયાસ શા માટે કરે? એનું કારણ તમે કલ્પી શકો છો?'

'ના.'

સુમીફોઈ સુધાબહેનનો હાથ પકડી ઉપર પોતાના ખંડમાં ચાલી ગયાં.

સુમીફોઈની ધીમી ચાલ, એની થોડી મેલી થઈ ગયેલી સાડીને ઇન્સ્પેક્ટર તાકી રહ્યા.

બીજું ખૂન? પોતાના પ્રશ્નોના જવાબમાં એક ક્ષણ માટે પણ સુમીફોઈ અચકાયાં હતાં એમ ઇન્સ્પેક્ટરને નિશ્ચિતપણે લાગ્યું.

વાતો...હવે થોડી વધુ વાતો કરવી પડશે.

૧૧

'ક્ષિતિજ – ક્ષિતિજ–'

'બોલ કાનુ, ગભરાય છે કેમ?'

'મેં – મેં ઇન્સ્પેક્ટર અને સુધાબહેન વચ્ચેની વાત સાંભળી.'

'હં.'

'સુધાબહેન જુઠ્ઠું બોલે છે.'

'એટલે?'

'એટલે એમ કે લલિતામાસીનું ખૂન થયું તે બપોરે મેં એમને બહાર જતાં જોયાં હતાં અને આવતાં પણ.'

ક્ષિતિજનો ચહેરો સખત થયો. કાનુને ડર લાગ્યો.

'કેટલા વાગ્યે?'

'બપોરે સવાત્રણ વાગ્યે.

'ઓહ! તો મારો ભ્રમ નહોતો.'

'એટલે?'

'કંઈ નહીં. તું શું કહેતી હતી?'

'બપોરે હું રસોડામાં સૂતી હતી. રસોડાનાં પાછલા બારણે ખડખડાટ થયો. હું ઊઠી. કૂતરું નંદુબાબુનાં સુકાતાં કપડાં ખેંચતું હતું. એને હાંકવા જતી હતી ત્યાં બારીમાંથી નજર કરી. મમ્મી આજુબાજુ જોતાં ઝડપથી ચાલી ગયાં.'

'હં...અને આવ્યાં ત્યારે?'

'ત્યારે – ત્યારે ઓહ ક્ષિતિજ, મને બીક લાગે છે.' કાનુનું શરીર ઠંડું થઈ ગયું,

'પ્લીઝ કાનુ, વાત પૂરી કર.'

'હું દીવાનખંડમાં સોફાને નવા કવર ચડાવતી હતી. બરાબર પોણાપાંચમાં પાંચ મિનિટ ઓછી હતી ત્યાં જ અંદર આવ્યાં. એ એટલા ગભરાયેલાં હતાં અને હાંફતાં હતાં. હું જાણે ભૂત હોઉં એમ મારી સામે ટગર ટગર જોયા જ કરે.'

'સમયનો ચોક્કસ ખ્યાલ છે, કાનુ?'

'ચોક્કસ જ.'

'પછી?'

'પછી એમની મેળે જ બોલવા લાગ્યા કે આખી બપોર ઊંઘીને માથું

દુખતું હતું એટલે જરા બહાર એ લટાર મારતા હતા.'

'ઓહ.' ક્ષિતિજ એટલું જ બોલીને ચૂપ થઈ ગયો.

કાનુ નજીક આવી.

'તમે ચિંતા ન કરો. મમ્મીની આ વાત હું ઇન્સ્પેક્ટરને નહીં કહું.'

'તારે જરૂર પણ નહીં પડે. ઇન્સ્પેક્ટર ચાલાક છે. ખૂબ ચાલાક છે કાનુ.'

* * *

'તમે મરનારને છેલ્લા ક્યાં અને ક્યારે મળ્યાં હતાં?'

હાસ્યનું આવરણ ફગાવી દઈ કરડાકીથી ઇન્સ્પેક્ટરે સુધાબહેનને સીધું જ પૂછ્યું.

'ઇન્સ્પેક્ટર, મારી પત્ની પર તમને શક છે? આવી વિચિત્ર રીતે વાત કરતા પહેલાં તમારે વિચાર કરવો જોઈએ.' નંદુબાબુ ગરમ થઈ ગયા.

'તમે ચૂપ રહેશો, નંદુબાબુ? હું તમારી પત્ની સાથે વાત કરું છું.'

'પણ આ અમારું અપમાન છે. આ રીતે ધમકી આપીને, દબાવીને તમે અમારી પાસેથી વાત નહીં કઢાવી શકો.'

ઇન્સ્પેક્ટર હસ્યા.

'ગૂડ, તો તમારી પાસે કઢાવી લેવા જેવી વાતો છે ખરી કેમ!'

ક્ષિતિજ સરવા કાન રાખી વાતચીતનો એક એક શબ્દ પકડતો હતો, કમાલ ઇન્સ્પેક્ટર, ખરા ખેલાડી છો.

'અચ્છા સુધાબહેન, તમારા વચ્ચે મિલકતનો શો ઝઘડો હતો?' ફરી હાસ્યનું મહોરું પહેરી ઇન્સ્પેક્ટર બોલ્યા.

'તમારા એ પ્રશ્નનો જવાબ હું આપું. આ બંગલો લલિતામાસીનાં બાપુજીએ અમને મિત્રતાથી વાપરવા આપેલો. હવે લલિતામાસી આ બંગલો વેચી દેવા માગતા હતા અને એ પૈસા અનાથાશ્રમમાં આપવા માગતા હતા. તેમનું ખૂન થયું એના થોડા દિવસ અગાઉ તેમની જોડે આ બાબતમાં વાતચીત કરવા તેમને ઘરે ગઈ હતી. બસ આ અમારી છેલ્લી વાતચીત – મુલાકાત જે ગણો તે.'

સુધાબહેન એક શ્વાસે બોલી ગયાં અને મોઢું ઘસીને લૂછ્યું.

'એ પછી તમે એમને મળ્યાં નથી ખરું?'

ઘણનાં ઘા પેઠે એક જ પ્રશ્ન ગરમ ગરમ ટિપાતો હતો. સુધાબહેનને સખત ગભરામણ થઈ. એમને થયું અગર આ ઇન્સ્પેક્ટર હવે શિકારી કૂતરાની ગંધે ગંધે મારી પાછળ દોડ્યા કરશે તો મને આંબી જશે, મારાથી બધું ક્યાંક કહી દેવાશે... એ જ દિવસે હું ત્યાં...

સુધાબહેન એકદમ ઊકળી ઊઠ્યાં.

'હું તમને છેલ્લી વાર સોય ઝાટકીને કહું છું. હું લલિતામાસીને ત્યાં ગઈ નથી, ને નથી.'

નથી-નથી-નથી – ચામાચીડિયા પેઠે શબ્દો દીવાનખંડની મૌનની ગુફામાં ચક્કર ચક્કર ઘૂમતા રહ્યા.

સુધાબહેનની અકળામણ ઓછી થઈ. સાડીનાં છેડાથી એમણે ઘસીને મોં લૂછ્યું. હવે ઇન્સ્પેક્ટર જરા ઠેકાણે આવશે.

'અને હું પુરવાર કરી શકું એમ છું કે તમે મરનારના મૃત્યુ સમયે ત્યાં જ હતા તો?' ઇન્સ્પેક્ટરે આંગળીનાં ટચાકા ફોડતાં સરળતાથી કહ્યું.

પગ પાસે જ બૉંબ ધડાકા સાથે ફૂટ્યો હોય એમ સૌ સ્તબ્ધ થઈ ગયાં.

'હું ત્યાં ગઈ જ ન હોઉં તો તમે પુરવાર શી રીતે કરવાના હતા?' સુધાબહેન ધડકતાં હૃદયે ગરજ્યાં.

નંદુબાબુએ જોરજોરથી ધોતિયાને વળ ચડાવવા માંડ્યો – સુધા...સુધા તું જરા મહેરબાની કરીને મોં બંધ કર. આ ઇન્સ્પેક્ટર તને ગૂંચવીને પોતાનું કોકડું ઉકેલશે.

'સુધાબહેન, લલિતામાસીનાં ટેલિફોન પર, એટલે કે રિસીવર પર તમારા આંગળાની સ્પષ્ટ છાપ છે. અગર તમે ત્યાં પંદર દિવસ પહેલાં ગયાં હતાં તો તમારા આંગળાની છાપ ટેલિફોન પર ક્યાંથી આવી?'

સુધાબહેનનાં મોંમાંથી એક આછી ચીસ નીકળી ગઈ. નંદુબાબુના ધોતિયાનો વળ ખૂલી ગયો. ક્ષિતિજ સોફાની કિનારી પર આંગળી ઘસવા લાગ્યો. કોઈથી કંઈ બોલાયું નહીં – એક સન્નાટો. એક ચૂપકીદી.

બધાનાં ચહેરા સામે જોઈ ઇન્સ્પેક્ટરે સંતોષથી ઊંડો શ્વાસ લીધો. 'મેં તમને કહ્યું હતું ને કે મને વાતો કરવાનો શોખ છે! નિર્જીવ વસ્તુઓની પણ જબાન બહુ સ્પષ્ટ હોય છે.'

'ઇન્સ્પેક્ટર, સુધાને ખોટી રીતે સંડોવવાની આ કોઈ ચાલ છે.' નંદુબાબુ બેભાનીમાંથી ભાનમાં આવતો માણસ સળવળે એમ આંખો પટપટાવી સળવળ્યા.

સુધાબહેન હજુ પણ સ્તબ્ધ હતાં. અરે! આટલી ઉઘાડી સ્પષ્ટ વાત એમણે અવગણી હતી! પોતે મરનારના ફાટેલા ડોળાથી ગભરાયા વિના જલદી જલદી ટેબલના કાગળો ફેંદી જોયા હતા. ટેલિફોનનું રિસીવર પણ ઊંચકેલું. હા, બરાબર. રિસીવર ઊંચક્યું હતું. સતત ઘંટડીથી પરેશાન બની રિસીવર ઊંચકી કાને માંડી ધીમેથી નીચે મૂક્યું હતું. એના વાયરે લલિતામાસીનાં ગળે સખત ભરડો લીધો હતો – ડોળા બહાર–

સુધાબહેનને કપાળે પરસેવો ફાટી નીકળ્યો. સાડીના છેડાથી કપાળ ઘસી નાંખ્યું.

'એક મિનિટ ઇન્સ્પેક્ટર, ટેલિફોન પરની ફિંગરપ્રીન્ટ્સ મમ્મીના જ હાથની છે તેની ખાતરી શું?' ક્ષિતિજે તરત પૂછ્યું.

'છેક સહેલું છે. સુધાબહેનની ફિંગરપ્રીન્ટ્સનો નમૂનો પેલી છાપ સાથે સરખાવ્યો. બન્ને છાપ સરખી. ડાબા હાથનો અંગૂઠો અને બીજી આંગળીની છાપ તદ્દન સ્પષ્ટ છે.'

'પણ તમે મમ્મીનાં આંગળાંની છાપ–'

'ક્ષિતિજ, હું તમને બુદ્ધિશાળી માનતો હતો. બાય ધ વે સુધાબહેન, અહીંથી એશ-ટ્રે ખોવાઈ છે ખરી?'

'ઓહો એમ વાત છે. પરમ દિવસે જ મેં તમને એશ-ટ્રે આપી હતી. બીજે દિવસે મારું ધ્યાન ગયું કે એશ-ટ્રે મળતી નથી.'

'પણ ઇન્સ્પેક્ટર, એશ-ટ્રેને કોઈપણ અડ્યું હોય! એ છાપ મમ્મીની જ છે તેની શી ખાતરી?' ક્ષિતિજે જિદ્દી સ્વરે કહ્યું.

ઇન્સ્પેક્ટરે નિઃશ્વાસ મૂક્યો.

'તમને બધું જ સમજાવવું પડશે? એશ-ટ્રેને પહેલાં મેં લૂછી નાંખી, પછી સિગારેટ સળગાવી એશ-ટ્રે શોધવાનો દેખાવ કર્યો. સુધાબહેને મને આપી અને એ પાણી લેવા અંદર ગયાં.'

'તમે લુચ્ચા છો, ચોર છો.' સુધાબહેન સ્તબ્ધતા ખંખેરી ફરી લડાયક મૂડમાં આવતાં જતાં હતાં.

આઘાત પામતાં ઇન્સ્પેક્ટર બોલ્યા, 'અરર એ શું બોલ્યા? ભૂલથી જોડે લઈ ગયો હતો, પણ આજે યાદ કરીને લઈ આવ્યો છું સૉરી.' ઇન્સ્પેક્ટરે એશ-ટ્રે ટેબલ પર મૂકી.

પહેલી જ વાર પતિના ખભાનો સહારો લઈ ધ્રુસકે ધ્રુસકે રડવાનું સુધાબહેનને દિલ થઈ આવ્યું.

'એક બીજી વાત, ઠીક યાદ આવ્યું. મરનારના કાગળો તપાસતાં અનાથાશ્રમને ઉદ્દેશીને લખેલ કાગળની કાચી નોંધ મળી.'

ઇન્સ્પેક્ટરને ઉધરસ આવી. ક્ષિતિજ સમજ્યો, ઇન્સ્પેક્ટરને ધારેલા સમયે ઉધરસ આવી શકતી હતી. અજાણતાં જ એનું હૈયું કાનમાં આવીને બેઠું.

'મરનાર અનાથાશ્રમને મોટી રકમ દાનમાં આપવા માંગતા હતા, પણ બિચારા એ કરી શકે તે પહેલાં જ તેમનું ખૂન થઈ ગયું.'

સુધાબહેનનો ધીરજનાં વજનથી દબાવેલો ક્રોધ ઊછળી આવ્યો. 'ઇન્સ્પેક્ટર, ગીધની જેમ ફોલી ફોલીને શું ખાવ છો? સાફ કહી દો એ બિલાડીનું ખૂન મેં કર્યું છે. એમ કરવાની ઘણી ઇચ્છા હતી છતાં ઈશ્વરનાં સોગંદ, મેં લલિતાડીનું ખૂન નથી કર્યું, નથી કર્યું.'

સુધાબહેન ભાંગી ગયાં. માથામાં જંતરડો ફરતો હોય એમ ઘૂમ ઘૂમ થવા લાગ્યું. એ રડી પડ્યાં.

નંદુબાબુએ એમની પીઠ પર હાથ મૂક્યો, 'ઇન્સ્પેક્ટર, મહેરબાની કરી થોડીવાર આરામ કરવા દેશો?'

'જરૂર. ત્યાં સુધી તમારી બહેન સાથે વાત કરું.'

'ઓહ! આ માણસની ધીરજ સ્વસ્થતા...રોષભરી નજર નાંખી નંદુબાબુ પત્નીને ઉપર લઈ ગયા. ક્ષિતિજની આંગળી સોફાની કિનારીએ જોર જોરથી ઘસાવા લાગી. પણ આમ કેમ? આ તો અશક્ય છે! તો પછી પેલાં પગલાં... એનો ભેદ શું હશે?

* * *

'સુમીબહેન, તમારા ભાઈ સાથે કેટલાં વર્ષથી રહો છો?'

'ઘણાં વર્ષ થઈ ગયાં. લગ્ન બાદ તરત જ મારા પતિ મૃત્યુ પામ્યા હતા. પણ એ વાત અને ખૂનને શો સંબંધ?'

'માત્ર આ કુટુંબ માટે તમને કેટલી લાગણી છે તેનો ખ્યાલ આવે.'

'મને કદી જુદાપણું લાગ્યું નથી. અહીં જ જન્મી, ઊછરી, એક વર્ષ સાસરે રહી, ફરી અહીં રહેવા આવી.'

'બરાબર છે. સ્વાભાવિક છે. આ કુટુંબીજનો, આ ઘર–' ફરી ઇન્સ્પેક્ટરને ઉધરસ આવી ગઈ.

'હા, ઇન્સ્પેક્ટર, આ ઘર, આ ઘરની ઈંચે ઈંચમાં મારો પ્રાણ છે. આ ઘર મને વહાલું છે.' સુમીબહેનનો અવાજ કુણો બન્યો.

ક્ષિતિજ ચુપચાપ સાંભળતો હતો. ઇન્સ્પેક્ટર તમે જીતી ગયા. ગલ નાંખીને બેઠા છે. માછલી બરાબર ફસાઈ છે. માત્ર કેવા ઝટકાથી જાળ ઉપર ખેંચી લે છે તે જોવાનું રહ્યું.

'હં...એટલે જ્યારે આ બંગલો વેચી દઈ એ પૈસા અનાથાશ્રમનાં ફંડમાં આપવાનું મરનારે નક્કી કર્યું ત્યારે તમને ખૂબ આઘાત થયો હશે!'

'હા ઇન્સ્પેક્ટર, એક તો આ ઘરને હું ચાહતી હતી અને બીજું આ ઘર પર અમારો જ હક્ક હતો. લલિતામાસીના બાપુજીના મોંએ જ મેં એ વાત ઘણી વાર સાંભળી હતી.' સુમીફોઈ નિરાંતે બધી વાતો ઉખેળી પાથરીને બતાવતાં હતાં.

'એટલે મરનારે ઘર વેચવાની વાત કરી તેથી ખૂબ ક્રોધ ચડી આવ્યો ખરું?'

ક્ષિતિજને થયું ઊભો થઈ ચાલી જાય. ખેલાડી રમતમાં ઉસ્તાદ હતો. સામા પક્ષને ગૂંચવી પટ દઈને આઉટ કરી દે તેવો.

અવાજનો આકાર 83

'હા. લલિતામાસી પર મને પારાવાર રોષ હતો કે–કે–'

'કે – તમે એનું ખૂન સુધ્ધાં કરી નાખો?'

એ ભાનમાં આવ્યાં. 'એટલે તમે શું કહેવા માગો છો? મેં ખૂન કર્યું? હું ખૂની?'

ગલ મોંમાં ભરાઈ, લોહિયાળ માછલી બહાર ખેંચાઈ આવી હતી. ક્ષિતિજથી ન રહેવાયું.

'ઇન્સ્પેક્ટર, માત્ર કારણ હોવું જરૂરી નથી. ખૂન માટે તક હોવી પણ ખાસ જરૂરી છે.'

'તમારી વાત ખૂબ સાચી છે. સુમીબહેન, તમે ખૂનને સમયે ક્યાં હતાં?'

'હું મારી બહેનપણીને ત્યાં રહેવા ગઈ હતી.'

'પણ મરનારને બંગલે અહીંથી જ જવું થોડું જરૂરી છે? કોઈ પણ સ્થળેથી જઈ શકાય. તમારી ફ્રેન્ડનું સરનામું?'

'ઇન્સ્પેક્ટર, આ મારું અપમાન છે. કોઈ પણ પુરાવા વિના, તમારા કેસનો ઉકેલ લાવવા ગમે તેને માથે આરોપનો ટોપલો ઓઢાડી દેવાનો? સારા ઘરની સ્ત્રી સાથે આવી બેજવાબદાર વાત કરતાં તમારે વિચાર કરવો જોઈએ.'

શબ્દોનું નિશાન લાગ્યું નહીં. ઇન્સ્પેક્ટરે શાંતિથી કહ્યું,

'તમારી ફ્રેન્ડનું સરનામું?'

'તમારી પર હું બદનક્ષીનો દાવો માંડીશ. હું–હું–'

'તમારી ફ્રેન્ડનું સરનામું – પ્લીઝ?'

'ફોઈ, દલીલ ન કર પ્લીઝ. રૂમાનું એડ્રેસ આપી દે.'

એમણે દાંત પીસી પર્સમાંથી કાર્ડ કાઢી ઇન્સ્પેક્ટર તરફ ફેંક્યું અને સડસડાટ ઉપર ચાલી ગયાં.

'કાનુ, પાણી લાવ તો.' ક્ષિતિજે હાક મારી.

કાનુ પાણી લાવી. ફફડતા જીવે પાણીનો ગ્લાસ ક્ષિતિજને આપ્યો. બીજો ગ્લાસ ઇન્સ્પેક્ટરની બાજુમાં મૂકી ઝડપથી ચાલી ગઈ. ઇન્સ્પેક્ટર તાકી રહ્યા. આ ચાલ – આ ઝાંઝર – પરિચિત–

'શું વિચાર કરો છો. ઇન્સ્પેક્ટર? કાનુને જોતા હતા? એ અમારે ત્યાં કામ કરે છે.'

ઇન્સ્પેક્ટર પહેલી જ વાર જરા અસ્વસ્થ થયા. માન ગયે. અંધ છે છતાં સામી વ્યક્તિના વિચારની લિપિ વાંચી શકે છે. નહોતું પૂછવું તોય પુછાઈ ગયું :

'તમે કેમ જાણ્યું?'

'પોલીસનાં માણસ અને તેય તમારા જેવા આવું પૂછો? સુમીફોઈ કાર્ડ

અવાજનો આકાર

ફેંકી ઉપર ગયાં એટલે સ્વાભાવિક છે તમે કાર્ડ ઊંચકીને જોતા હશો. કાનુ પાણી આપવા આવી. તમે એને જોઈ નથી એટલે તમે એને જોતા હો અને વિચારતા હો. સોમાંથી સાડી નવ્વાણું ટકા તો એમ બને.'

'ઓહ યસ. સીધીસાદી વાત છે.' સુમીબહેને ફેંકેલા કાર્ડને ગોળ ગોળ ફેરવતા ઇન્સ્પેક્ટર બેસી ગયા.

ક્ષિતિજે પૂછ્યું, 'ઇન્સ્પેક્ટર, તમે સિગારેટ પીઓ છો?'

ઇન્સ્પેક્ટર હસ્યા, 'ના, માત્ર સળગાવું છું. તે પણ ક્યારેક જ.'

કાર્ડ ગોળ ગોળ ફેરવતા ઇન્સ્પેક્ટરની નજર કાર્ડની પાછળ ઝીણા અક્ષરે લખેલાં એક ટેલિફોન નંબર પર પડી. મિસ રૂમા પટેલ – આ નંબર કોનો હશે?

* * *

ટુ સીક્સ ફોર થ્રી ફાઇવ થ્રી–?

'હલ્લો.'

'યસ.'

'ધીસ ઈઝ ટુ સીક્સ થ્રી ફોર થ્રી?'

'યસ. ગુડ મોર્નિંગ ધીસ ઈઝ અજમેરા પ્રાઇવેટ ડીટેક્ટિવ એજન્સી. વ્હોટ કેન આઈ ડુ ફોર યુ?'

'આઈ વોન્ટ એન એપૉઇન્ટમેન્ટ.'

'શ્યોર. કમ ટુ ડે એટ ઈલેવન થર્ટી. યોર નેઇમ પ્લીઝ?'

ઇન્સ્પેક્ટરે ફોન મૂકી દીધો.

૧૨

'ગોહિલ.'

'યસ ઇન્સ્પેક્ટર.'

'નંદુબાબુના ઘરમાં એક છોકરી છે, નામ કાનુ. કામ કરે છે. ઉમ્મર આશરે ઓગણીશથી વીસ. મને એના વિષે માહિતી જોઈએ છે.'

'યસ સર.'

'અને શિરોડકર?'

'યસ સર.'

'નંદુબાબુના ઘરની પાસે એક રિટાયર્ડ કર્નલ રહે છે. ચેસના શોખીન. નંદુબાબુના મિત્ર. એમના માટે મારે જાણવું છે.'

'પણ સર...'

'હં?'

'એને અને મરનારને કશો સંબંધ નથી.'

'પણ મરનારના સગા સાથે તો છેને!' ઇન્સ્પેક્ટર હસ્યા.

'ધેટ્સ ટ્રુ.'

* * *

'મિસ રૂમા પટેલ, તમારી સાથે મારે થોડી વાતો કરવી છે.'

'યસ, બેસો ઇન્સ્પેક્ટર.'

અરે! એ જ અવાજ!

ઇન્સ્પેક્ટરની ચમક પર રૂમા હસી. 'બહુ જલદી ઓળખી ગયા મને. હા, હું અજમેરા પ્રાઇવેટ ડિટેક્ટિવ એજન્સીમાં રિસેપ્શનીસ્ટ છું. કાલે સવારે આપણે ફોન પર વાત કરી હતી.'

'હા, પણ હું જ્યારે સાડા અગ્યારે ત્યાં આવ્યો ત્યારે તમે નહોતા.'

'હું કૉફી પીવા ગઈ હતી.'

'જાણી જોઈને?' તરત જ ઇન્સ્પેક્ટરે પૂછ્યું.

રૂમા ઇન્સ્પેક્ટર સામે જોઈ રહી. એણે સિગારેટ સળગાવી.

'લેશો!'

'નો થૅંક્યુ.'

'ઓ.કે. ઇન્સ્પેક્ટર, તમે ઇન્ટેલીજન્ટ છો. હું તમને બધી જ વાત કરીશ. સુમીએ મારા એડ્રેસનું કાર્ડ તમને આપ્યું. તેની પર એજન્ટ્સનો નંબર લખેલો

હતો. પાછળથી એને ખ્યાલ આવ્યો. એને ખાતરી હતી કે એ નંબર કોનો છે તે તમે જાણી જ લેશો. એણે મને ચેતવી એટલે તમારા આવવાના સમયે હું ત્યાંથી ચાલી ગઈ.'

'મને લાગે છે મારું કામ ઘણું સરળ બનશે.'

'અને જલદી પતી પણ જશે. મને સ્માર્ટ માણસો ગમે છે. બાય ધ વે હું ઑફિસેથી થાકીને આવી છું. મને તલપ લાગી છે તમે વ્હીસ્કી લેશો? જોકે તમને જોતા એમ લાગે છે કે તમે નહીં પીતા હો. કરેક્ટ?'

'યસ થૅંક્યુ. તમે રિસેપ્શનીસ્ટ છો કે ડિટેક્ટિવ છો?' ઇન્સ્પેક્ટર વ્હીસ્કીની બૉટલ જોઈ રહ્યા,

રૂમા હસી, 'રિયલ સ્ટફ છે. ઇન્ડિયન મને માફક નથી આવતી, હું આઇસ લઈ આવું.'

રૂમા અંદર ગઈ. ઇન્સ્પેક્ટર રૂમાના ફ્લૅટને જોતા રહ્યા – ડનલોપીલો સોફા, રેડિયોગ્રામ, વોલપેપર, ફોરેન ટી.વી. સેટ – આખા ફ્લૅટ પર પૈસો અને શોખનો સિક્કો મારેલો હતો.

રૂમા આવી ગઈ.

'કેમ ફ્લૅટ ગમ્યો? એક રીસેપ્શનીસ્ટને માટે ખર્ચાળ લાગે છે નહીં?'

ઇન્સ્પેક્ટરને બોલવાની જરૂર ન લાગી. એમણે ડોકું ધુણાવ્યું.

'પગારમાંથી તો માંડ મારાં કપડાં અને દારૂનો ખર્ચ નીકળે છે, પણ યુ સી મને બધા શોખ પોષાઈ શકે એમ છે. હું મારા બાપની એક જ દીકરી. એ લોકો તો ગયા અને બધું મને મળ્યું.' રૂમાએ વ્હીસ્કીનો પેગ તૈયાર કરી લીધો હતો. એક ઘૂંટ ભરી ગ્લાસ હાથમાં લઈ એ સોફામાં આડી પડી.

'બોલો ઇન્સ્પેક્ટર, હવે નિરાંતે વાતો કરીએ.'

શરીરના વળાંકે વળગી રહે એવો ચુસ્ત પોશાક હતો. એનો મીની ડ્રેસ, ગુલાબી ઝાંયવાળી ત્વચા અને કાળજીપૂર્વકનાં મેઇકઅપ નીચે ઉંમરને દફનાવવાનો એનો પ્રયાસ કામયાબ નીવડ્યો હતો.

રૂમાએ પ્રશ્ન પૂછતાં જ ઇન્સ્પેક્ટર બોલ્યા :

'તો તમને એ પણ ખ્યાલ હશે, હું શું પૂછવાનો છું?'

'ઓફકોર્સ, સુમીની કોઈ માસી...નહીં લલિતા મરી ગઈ. રાધર ખૂન થયું, 5મી નવેમ્બરે બપોરે. આ સમયે સુમી ક્યાં હતી એ જાણવું છે ને તમારે? ચોથીએ સવારથી એ મારે ત્યાં હતી અને સાતમીએ...'

'મને માત્ર પાંચમીએ બપોરના સમયમાં જ રસ છે.'

રૂમાએ પેગ ખાલી કર્યો, હાશ હવે મૂડ આવ્યો. 'પાંચમી તારીખ...મને યાદ છે ઇન્સ્પેક્ટર. કારણ કે બપોર પછી હું ઑફિસે નહોતી ગઈ. મને

ડાયેરિયા થયો હતો. હું અને સુમી ઘેરે જ હતાં. એક મિનિટ ઇન્સ્પેક્ટર, તમે શું પૂછવાના છો જાણું છું. હું ઘરે હતી તેનાં બે પુરાવા છે. ઑફિસ રજિસ્ટરમાં ગેરહાજરી અને હું અને સુમી ફૅમિલી ડૉક્ટરને ત્યાં દવા લેવા ગયાં હતાં.'

'કેટલા વાગ્યે?'

'બપોરે દોઢ વાગ્યે. પાછા ફરતાં થોડું ફ્રૂટ લીધું અને અમે સીધાં ઘરે આવ્યાં.

'દવાખાનું દૂર છે?'

'અહીંથી દસેક મિનિટનો રસ્તો છે.'

'ચાલતાં ગયાં હતાં?'

'ટૅક્સીમાં.'

'ઘરે ક્યારે આવ્યાં?'

'લગભગ અઢી વાગ્યે.'

'એટલે સુમીબહેન ફરીથી બહાર જઈ શકે એટલો સમય હતો.'

'હું સોગંદપૂર્વક કહું છું, સુમી આખો દિવસ મારી સાથે જ હતી. ઓહ ડેમ ઈટ, તમે માનતા કેમ નથી ઇન્સ્પેક્ટર?'

'તમારી વાત મારે માનવી જ જોઈએ એવું થોડું છે?' રૂમા હવે અકળાતી હતી. ઇન્સ્પેક્ટર તેથી ક્ષુબ્ધ થયા વિના હંમેશની ઠંડકથી બોલતા હતા.

'ઇન્સ્પેક્ટર, તમે લીફટમેનને પૂછી શકો છો.' રૂમાએ વ્હીસ્કીનો બીજો પેગ ભર્યો.

'લીફટની બાજુમાં જ દાદર છે નહીં?'

'ઇન્સ્પેક્ટર, સુમી બપોરે બહાર ગઈ નથી. તમારે માનવું હોય તો માનો નહીં તો આઈ ડોન્ટ કેર.' રૂમા ઉપરાઉપર ઘૂંટ ભરવા લાગી.

'ચાલો ત્યારે જાઉં – થૅંક્યુ મિસ રૂમા પટેલ.'

'બેસોને ઇન્સ્પેક્ટર, થોડી વાતો કરીએ. જગતમાં ખૂન સિવાય બીજી વાતો છે કરવાની.' રૂમા પગ લંબાવી આરામથી ગોઠવાઈ. મીની સ્કર્ટ વધુ ઉપર ચડી ગયું હતું. એનાં ગૌર ઘાટીલા પગ મુલાયમ ગાલીચા પર એ ઘસતી હતી.

ઇન્સ્પેક્ટર ઊઠ્યા. એના ખુલ્લા પગ પર નજર કરી હસ્યા.

'નો થૅંક્યુ.'

દરવાજો બંધ થયો.

'છટ્ સન ઓફ ગન, બબૂચક.' અને રૂમા ગ્લાસ ગટગટાવી ગઈ.

* * *

'અરે આંખો પરથી હાથ લઈ લે. છોડ મને કાનુડી.'

'ઊંહું.'

'કેમ મમ્મીની બીક નથી લાગતી કે? બહુ મસ્તી ચડી છે કે?'

આંખ પરથી હાંથ લઈ ક્ષિતિજના ગળામાં ભેરવી એને ખેંચ્યો. 'સૌ પોતપોતામાં મશગૂલ છે. કોઈ જુએ એમ નથી.'

'એમ! એટલી લુચ્ચાઈ આવી!'

'જુઓ, હું તો તમને ખાસ સમાચાર આપવા આવી છું.'

'જલદી બોલ.'

કાનુ નજીક આવી. ક્ષિતિજનો કોલર ઠીક કરતાં બોલી :

'ક્ષિતિજ, કાલે હું એક બ્લાઇન્ડ સ્કૂલમાં ગઈ હતી.'

ક્ષિતિજ અધીર થઈ ગયો. 'કાનુ, કેવી સ્કૂલ છે? કેવી રીતે શીખવે છે?'

'તમારા જેવા ઘણા વિદ્યાર્થી છે. બધા જ એટલી સ્વાભાવિકતાથી નવું નવું શીખે છે, પુસ્તકો વાંચે છે, બહાર હરેફરે છે કે જાણે તેમને આંખો છે.'

'કાનુ, મને ખરેખર ત્યાં જવા મળે ખરું? કાનુ, કાનુ મને સ્વપ્નાં ન બતાવ.'

'આ સ્વપ્નાં નથી, સાચી વાત છે. હું તમારો હાથ પકડી તમને આ ઘરમાંથી બહાર લઈ જઈશ. માત્ર...થોડી રાહ જોવી પડશે.'

કાનુનો નિશ્વાસ ક્ષિતિજને સ્પર્શી ગયો. 'હા કાનુ, થોડી રાહ જોવી પડશે.'

'તમે જોયું ને, ઇન્સ્પેક્ટર મને તાકી તાકીને જોતો હતો! મને ડર લાગે છે ક્ષિતિજ, કદાચ એ મને ઓળખી ગયો હશે.'

'તું શા માટે ડરે છે, કાનુ? હું તારી સાથે છું ને! પણ તારું કહેવું ખરું છે. થોડો સમય જો મળી જાય તો બસ પછી મને કોઈનો ડર નથી.'

* * *

'અચ્છા તો નંદુબાબુ, તપાસ ક્યાં સુધી આગળ વધી?'

'કંઈ સમજાતું નથી, કર્નલ. હું ખૂબ મૂંઝાઈ ગયો છું. ઇન્સ્પેક્ટર લીધી લત છોડે તેવો નથી. એણે એવું વાતાવરણ ઊભું કરી દીધું છે કે એમ જ લાગે કે સુધા જ ખૂની છે.'

'મારો મિત્ર બાહોશ વકીલ છે.'

'ઇન્સ્પેક્ટર વાતો જ કર્યા કરે છે. જોઈએ શું થાય છે. ક્યારેક તો સુમી પણ...હું ઊઠું.'

'બેસોને શી ઉતાવળ છે? તમે શું કહેતા હતા?' કર્નલ ચિરૂટના ધુમાડાને તાકી રહેતા બોલ્યા :

'કશી સમજણ નથી પડતી એવું વિચિત્ર રીતે વર્તે છે. ખરું પૂછો તો

ઘરની હવા જ વિચિત્ર થઈ ગઈ છે. કોઈ કોઈ સાથે બોલે નહીં. લલિતામાસીના મૃત્યુએ બધાની વચ્ચે એક દીવાલ ચણી લીધી છે.'

'એક વાત કહું નંદુબાબુ?'

'હં!'

'તમને ઊંટની વાતની ખબર છે?'

'એ શું?'

'જૂનાં સમયમાં કોઈ દુશ્મન રાજાના નગર પર હલ્લો કરે, ત્યારે રાજા ગઢના તોતિંગ દરવાજા બંધ કરી અંદર ભરાઈ જતો. દુશ્મનો વજનદાર લાકડાઓ હાથીની સૂંઢમાં ભરાવી એમને દરવાજા પર દોડાવતા, પણ દરવાજાના તીક્ષ્ણ ખીલા હાથીને વાગી ન જાય એટલે વચ્ચે ઊંટ રાખતા.'

નંદુબાબુના હાથમાં ચાહનો કપ અધ્ધર જ રહી ગયો.

'તમે બીજા કોઈને કેમ ઊંટ નથી બનાવી દેતા?' કર્નલે ધુમાડાનાં ગૂંચળાં કાઢ્યાં.

'એ - એટલે?' નંદુબાબુનું સીધુંસાદું મગજ આવી આટાપાટાની રમત માટે તૈયાર નહોતું.'

'લલિતામાસીની મિલકત કોને મળશે?'

'દેખીતું જ છે કમળાશંકરને. ઓહ સમજ્યો.'

'એક્ઝેટલી. કમળાશંકર પણ ખૂન કરી શકે.' કર્નલે લહેજતથી ચિરૂટનો ઊંડો દમ ફેફસામાં ભર્યો. 'સુધાબહેનને તો બંગલો જ મળે પણ વરને તો...'

નંદુબાબુ ઊભા થઈ ગયા.

'અથવા કાનુ પણ ઊંટ બની શકે.'

નંદુબાબુનો હાથ ધ્રૂજી ગયો. ચહાનો કપ નીચે મૂકી દીધો.

'એ તો સાવ અશક્ય છે. કાનુને માસી જોડે શું લેવા કે દેવા?'

'આપણે ક્યાં કશું કરવાનું છે? માત્ર ચારે બાજુ થોડું ચણ વેરી દેવાનું છે. ચકલાને ચણવું હોય ત્યાંથી ચણે.'

'કર્નલ, તમે...મને ખબર નહીં તમે ઉસ્તાદ છો.'

'ઉસ્તાદીનો સવાલ નથી, નંદુબાબુ. પગ પર ઝેરી સાપ આવી પડે ત્યારે જેમ બને તેમ જલદી એક ઝાટકે ફેંકી દેવાનો - એ વખતે એ બીજાના પગ પર પડશે કે નહીં, એને કરડશે કે નહીં એવો વિચાર બેવકૂફ પણ ન કરે.'

નંદુબાબુ જલદીથી ચાલી ગયા.

ચિરૂટ પરથી રાખ ખંખેરી કર્નલે બૂમ પાડી, 'જગ્ગુ, ગરમ નાસ્તો અને બિયર લાવ.'

* * *

'પપ્પા, તમને એક વાત કહેવાની છે.'

'હું.'

'હું ધારું છું ત્યાં સુધી રૂમમાં કોઈ નથી ખરું?'

'ના, કેમ?'

'કારણ કે તમને જ મારે કહેવું છે.'

'બોલ બેટા.' નંદુબાબુને ઘણે વખતે સાંપડેલી આ નિકટતા ગમી.

'હું અને કાનુ લગ્ન કરવા માગીએ છીએ.'

'ક્ષિતિજ!'

'પ્લીઝ, પપ્પા મને ખાતરી છે. તમે તો મને સમજી શકો છો, તમે તો વાંધો નહીં જ ઉઠાવો.'

નંદુબાબુ હલી ગયા. વર્ષોની ખાઈ એક કૂદકે વટાવી ક્ષિતિજ પપ્પાને વહાલથી વળગી પડ્યો હતો.

'પપ્પા, તમે ને હું ભાઈબંધ ચાલો, મેદાનમાં ફૂટબૉલ રમીએ.'

પણ...પણ...કાનુ અને તોતિંગ દરવાજા આડેનું ઊંટ! પોતાની પત્ની કે પુત્રની પત્ની...

ક્ષિતિજે ચૂપચાપ પિતાનો હાથ પકડ્યો.

નંદુબાબુ હસીને બોલ્યા :

'તું કશી ચિંતા ન કર. તું કહે છે એમ જ થશે.'

'પપ્પા, તમે અને હું ભાઈબંધ.'

નંદુબાબુએ પુત્રનો હાથ છોડી દીધો.

* * *

'સુધા, તું આમ આખો દિવસ ઉદાસ જ રહ્યા કરે છે. તારી તબિયત બગડશે.'

'મને એકલી જ રહેવા દો. કાનુ, મારી થાળી પીરસ.'

'જી.'

'જમીને સૂઈ જવું છે.'

સુધાબહેન એકલાં જ ડાઇનિંગ ટેબલ પર બેઠાં.

'જમવા આવું?' કમળાશંકર દાખલ થયા.

કોઈ ખાસ બોલ્યું નહીં, તેથી ઝાંખા પડી કમળાશંકર ધીમે પગલે આવીને સોફામાં બેઠા.

બિચ્ચારો. ક્ષિતિજને થયું પહેલાં પત્નીનાં પડછાયામાં અને પછી એનાં મોતનાં પડછાયામાં જીવતો બિચારો. કંઈક બોલવું જોઈએ.

'કેમ છો કમળાશંકરભાઈ?'

મઝામાં શબ્દની સાથે નિશ્વાસ પણ હતો.

'તપાસ ક્યાં સુધી આવી?' તરત ક્ષિતિજને પસ્તાવો થયો.

સુધાબહેને જલદી જલદી જમવા માંડ્યું.

કમળાશંકરે સોગિયું મોં કર્યું, 'કશુંયે નહીં, ક્ષિતિજભાઈ. આ ઇન્સ્પેક્ટરની તો ખોપરી જ વિચિત્ર છે. એની તપાસને કંઈ ધડમાથું જ નથી. મને તો થાય છે કે આમતેમ આંટા માર્યા સિવાય એ કશું કરતો નથી.'

સુધાબહેન ઊભાં થઈ ગયાં. ભાત પીરસવા આવેલી કાનુ મોં જોઈને જ પાછી વળી ગઈ.

'ચા પીશો?' સુમીફોઈ બોલવા ખાતર બોલ્યાં.

'ના હો, મહારાજે રસોઈ કરી લીધી હશે.'

ઊંટ સામે ચાલીને ઘેર આવ્યું. નંદુબાબુ ટાલ પર હાથ ફેરવી રહ્યા.

'ઓહો, બધાં જ ઘરમાં છે ને શું? ગૂડ, અરે વાહ કમળાશંકર! તમે પણ મળી ગયા.'

'મળી ગયા કે પગેરું દબાવતાં શોધી કાઢ્યા?' ક્ષિતિજ હવે ઇન્સ્પેક્ટરને ઓળખતો હતો.

'આ જરા બધાને મળવા.' ક્ષમા માગતા હોય એવી આજીજીથી કમળાશંકર બોલ્યા.

'સારું થયું. મારે થોડી વાતો કરવી હતી.' ઇન્સ્પેક્ટર ક્ષિતિજ પાસે બેઠા.

વાતો શબ્દનો અંગારો ચંપાયો હોય એમ નંદુબાબુ દાઝી ગયા. 'હજી અમારી સાથે શી વાતો બાકી છે?' પછી હિંમત કરી એક શ્વાસે બોલી ગયા, 'સુધાને શું કામ હેરાન કરો છો? કમળાશંકર પર પણ શંકા કરી શકાય.'

હાશ ઊંટ ધરી દીધું. નંદુબાબુએ ઊંડો શ્વાસ લીધો.

'હું?' નર્યા આશ્ચર્યથી દયામણી આંખે કમળાશંકર બોલ્યા, 'હું?'

'યસ, શા માટે નહીં? તમે પણ ખૂન કર્યું હોય તે બનવાજોગ છે.' ઇન્સ્પેક્ટરે નંદુબાબુએ ઉછાળેલી વાત ઝીલી લીધી.

ઘનઘોર જંગલમાં ચારેપાસ લોકો ઝેર પાયેલા તીર લઈને ઊભા હોય, પોતાને થાંભલા સાથે મજબૂત બાંધ્યો હોય એવી ભયંકર વેદના બિચારા કમળાશંકરને થઈ.

'હું તો લલિતાને ચાહતો હતો. હું ખૂન શું કામ કરું?'

'મરનારની મિલકત કેટલી?'

'ખ...ખબર નથી, પણ હશે ચારપાંચ લાખ, દસ સુધી પણ હોય.' રડું રડું થતાં કમળાશંકર બોલ્યા.

'મરનારે વીલ નથી કર્યું કેમ?'

અવાજનો આકાર

'ન...ન...ના'

'એ મિલકત તમને મળે છે કેમ?'

'હા, પણ મારી પત્ની ગરીબ હોત તોય હું એને પ્રેમ કરત.' કમળાશંકરની છાતીમાં ડૂમો ભરાયો.

'ઓહ આઈ સી. તો પછી મરનારે પોતાની સ્થાવર-જંગમ તમામ મિલકતનું ચેરીટેબલ ટ્રસ્ટ બનાવવા વીલ કર્યું હતું તે ફાડી નાંખવાની તમારે શી જરૂર હતી?'

ખલાસ! અંતે ઝેર પાયેલું તીર છાતીમાં મર્મસ્થાને ખૂપી ગયું હતું. છેલ્લા શ્વાસ માટે તરફડિયા મારતા હોય એમ કમળાશંકર બાળકની જેમ પોકે પોકે રડી પડ્યા.

૧૩

આંસુ લૂછતા કમળાશંકર માંડ સ્વસ્થ થયા.

કોઈ કંઈ બોલ્યું નહીં.

સંકોચાઈને બેઠેલા કમળાશંકરે ભીખ માગતા હોય એમ આજીજીભરી રીતે જોયું. છેલ્લે ઇન્સ્પેક્ટર સામે જોયું.

'સાચું કહું છું, ઇન્સ્પેક્ટર. આ વીલ, મિલકત – મને કંઈ ખબર નથી.'

ઇન્સ્પેક્ટરે પેચ બદલ્યો.

'કમળાશંકર, તમારે અને મરનારને ક્યારેય પણ ઝઘડો થતો ખરો?'

'ઝઘડો?' શબ્દમાત્રથી એ ભડક્યા. 'ના, ઇન્સ્પેક્ટર. સ્વપ્નમાંયે નહીં.'

* * *

લલિતામાસી ખુરશી પર બેઠાં હતાં. કમળાશંકર જુદી જુદી ફાઇલોમાં કાગળ ગોઠવવામાં પત્નીને મદદ કરતા હતા. રાતના અગ્યાર વાગી ગયા હતા.

'જાઓ, તમે સૂઈ જાઓ. મોડું થઈ ગયું છે.'

'તું લલિતા?' ગરીબડા ચહેરે કમળાશંકર બોલ્યા.

'મને તો હજી રાતનો એક વાગશે.'

કમળાશંકર નીચી મૂંડીએ ઊઠ્યા. લલિતામાસીએ ફાઇલમાં મોં ખોસી દીધું.

'લલિતા?'

લલિતામાસીએ ઊંચું જોયું. કરડાકીથી કહ્યું, 'અરે તમે હજી ગયા નથી?'

'ના, કંઈ નહીં.' કમળાશંકર થોડું આગળ ગયા. ફરી અટક્યા.

'જરા...જરા.. મારી વાત સાંભળીશ?'

'શું છે? બોલો, કેટલું મોડું થઈ ગયું!'

'મને...મને...થોડા પૈસા.'

'પૈસા? પૈસાની તમને શી જરૂર છે?' લલિતામાસી વાઘણની જેમ ઘૂરક્યાં.

'થોડાં કપડાં સિવડાવવાં છે અને એવું છે ને કે એક ક્લબમાં મેમ્બર થવું છે.'

'અરે વાહ! માંકડને આંખો આવી? ક્લબમાં મેમ્બર થવું છે?' લલિતામાસીની જીભ હવે સડસડાટ શરૂ થઈ ગઈ હતી.

'તો શું કરું? તું જ કહે, આખો દિવસ ઘરમાં કંટાળો આવે છે. તું તારા કામમાં રચીપચી હોય.'

'તો શું સતી સાવિત્રીની જેમ તમારા પગ દબાવતી બેસી રહું? તમારી

જેમ નવરી છું? કેટલું કામ હોય છે મારે.'

કમળાશંકર પત્નીના તાપથી સાવ ઝંખવાઈ ગયા.

'પણ હું તને ક્યાં કંઈ કહું છું? હું તો મારી વાત કરું છું. કંઈ અનુભવ સિવાય, કે મોટી ડિગ્રી વિના નાની અમથીયે નોકરી ક્યાંથી મળે? ને સમય તો જતો નથી. મને થયું જરા ક્લબમાં જાઉં તો ઠીક.'

'ક્લબમાં કોઈ મફત નથી ઘૂસવા દેવાનું, સમજ્યા? પૈસાનાં ઝાડ ઊગે છે? ચાલો, લવારા કર્યા વિના હવે સૂવા જાઓ.' કરડાકીભરી નજરથી પતિને છેલ્લો ડારો દઈ લલિતામાસીએ ફાઇલોમાં મોં ખોસી દીધું.

કમળાશંકરનું હૃદય ઘવાયું. પહેલેથી જ પોતે હડધૂત થતો આવ્યો છે, પણ હવે તો જનાવર કરતાંય ભૂંડી દશા થતી હતી. પત્નીનો પ્રેમ તો પામ્યો નહીં પણ આટલાં વર્ષની મૂંગી સહનશીલતાનીયે કદર નહીં.

'લલિતા, આમ શું કરે છે? પ્લીઝ, વધુ નથી જોઈતા. ત્રણસો રૂપિયા જ જોઈએ છે. જો ને ખમીસ પણ સાવ ખલાસ થઈ ગયાં છે.' કમળાશંકરે દયાની છેલ્લી અરજી કરી.

'મારી પાસે ફાલતુ વાતો માટે વખત નથી. કાલે પાંજરાપોળની મિટિંગ છે. મારે અહેવાલ તૈયાર કરવાનો છે.'

'પતિની વાતો તને ફાલતુ લાગે છે, લલિતા? ક્યારેય ભૂલેચૂકેય પ્રેમના બે શબ્દો તું બોલી શકતી નથી?' આ ઉઘાડા અનાદરથી કમળાશંકર વિલાઈ ગયા.

'પતિ! છટ્. તમારી કમાણી પર નભતી ઓશિયાળી પત્ની હું નથી, સમજ્યા? મારા બાપનું ભોગવું છું, મારા ફેંકેલા ટુકડા પર તમે જીવો છો. એક કૂતરાની જેમ સમજ્યા?' આજ લલિતામાસીનો પણ જુદો જ મિજાજ હતો.

'લલિતા' કમળાશંકરની રાડ ફાટી ગઈ. 'આટલાં વર્ષો સુધી તને ચાહી, તારો એક એક બોલ ઉઠાવ્યો અને તું...તું...મને કૂતરો કહે છે!'

'તમે જ મોંમાં આંગળા નાંખી બોલાવો છો. તમારામાં બીજી આવડત શી છે? તમને તો પતિ તરીકે ભેગા ફેરવવામાંય મને શરમ આવે છે. અરે, તમે શું જોઈને લાગણીની વાત કરો છો. તમે મને નહીં મારા પૈસાને પરણ્યા હતા. એ ન સમજું એટલી મૂર્ખ સમજો છો મને?'

કમળાશંકરનાં સૂતેલા મન પર ફટાફટ ચાબખા પડતા હતા. સોળ ઊઠી ગયા હતા. કાળી બળતરા થતી હતી. અંતે આ જ સાંભળવા માટે આટલાં વર્ષ ગુલામી કરી હતી! 'હા, પૈસા ખાતર તને પરણ્યો હતો. એ વાતની ના નહીં પાડું પણ તારા માટે મનમાં લાગણીયે હતી. અહોભાવ પણ હતો. મા-બાપ વિનાનો, ગરીબીમાં સડતો જેમતેમ મોટો થયો. તારા પપ્પાએ દયા કરી

આશરો આપ્યો. અચાનક તારી સાથે લગ્નનો પ્રસ્તાવ મૂક્યો. હું મૂર્ખ નહોતો કે આ તક જતી કરું. જરાયે મહેનત વિના, ઘરબાર, છોકરી બધું સામેથી મળ્યું હતું. તારો સ્વભાવ તેજ હતો. તને હાજી હા કરનારો હજુરિયો જોઈતો હતો. એ પણ થવાનું મેં કબૂલ કર્યું. મને થયું તું સ્ત્રી છે, તને પંપાળીશ. તું ખુશ થશે અને આ બધી મિલકત મારા હાથમાં આવી પડશે.' કમળાશંકર આજે જાણે જીવ પર આવી ગયા હતા.

ખુલ્લા, સ્વચ્છ આકાશમાંથી અચાનક વીજળી ત્રાટકે એમ લલિતામાસી જાણે બળીને ભડથું થઈ ગયાં. તો સત્ય આ હતું? કમળાશંકરને રમકડું બનાવવાને બદલે પોતે રમકડું બની બેઠી હતી! પતિ પોતાના તેજથી ઢંકાયેલો નહોતો. પોતે માનતી હતી એમ પોતાના પ્રેમમાં આંધળો નહોતો. શું આંખે પાટા બાંધી એ બેવકૂફની જેમ આખી જિંદગી બેસી રહી હતી! કમળાશંકરની છાતીમાં ધગધગતો રેલો ઊતરી ગયો. 'હટ નાલાયક.'

એક ધડાકા સાથે વર્ષોનો ધૂંધવાતો જ્વાળામુખી ફાટી ગયો. ઊકળતો લાવારસ રેલાતો હતો. આટલાં વર્ષની કદમબોસી એળે ગઈ હતી.

કમળાશંકર મહાશંકર ત્રિવેદી,

મહાશંકર જટાશંકર ત્રિવેદી.

કમળાશંકર નસકોરાં ફુલાવતાં લલિતામાસી સામે છાતી કાઢીને ઊભા રહ્યા. કર્મકાંડી સ્વમાની બ્રાહ્મણોનું લોહી નસોમાં ભરી એ આજે પત્નીની ગંદી ગાળ ખાતો હતો. હટ નાલાયક – એકદમ એ પત્ની પર ધસી ગયો.

'બકવાસ બંધ કર. તારી સાથે સંસાર માંડ્યો ત્યારે હતું કે ધીમે ધીમે તને મૂઠીમાં કેદ કરી લઈશ અને હું રાજ કરીશ. તારી પર, તારી મિલકત પર, પણ તું કમજાત વચ્ચે આવી.'

'અરે જા. તું મારી શેહના વજન નીચે દબાઈને નામશેષ થઈ ગયો હતો. તારું કમળાશંકર તરીકેનું, એક પુરુષ તરીકેનું કોઈ અસ્તિત્વ જ નહોતું.'

'એ તો તને ખુશ કરવા. તારા સત્તાશોખીન સ્વભાવને ફોસલાવી બુચકારી પછી હું માલિક બનવાનો હતો.' કમળાશંકરે સામે ફૂંફાડો માર્યો.

'પણ હું તને નહીં ફાવવા દઉં, નિમકહરામ કુત્તા, હું મારી પાઈએ પાઈ ધર્માદામાં આપી દઈશ. અરે, ગટરમાં નાખી દઈશ પણ તને રસ્તામાં રઝળતો ભિખારી રાખીશ ત્યારે જ મરીશ એ યાદ રાખજે.' લલિતામાસીના અવાજમાં વિજયનો ટંકાર હતો.

કમળાશંકર ખડખડાટ હસ્યો. બેવડ વળી જાય ત્યાં સુધી હસ્યો.

'તો શું તું એમ માને છે કે મારા હાથમાં ભિક્ષાપાત્ર જ રહે, એટલા માટે આખી જિંદગી તારા પગ ચાટતો હતો!'

અવાજનો આકાર

લલિતામાસી ફાટી આંખે નવા કમળાશંકરને તાકી રહ્યાં. આ તેનો પતિ નહોતો! પોતાની એક નજરથી સળગીને રાખ થતો માણસ નહોતો! લાલઘૂમ ચહેરો...કપાળ પર ધસી આવતા વાળ...ક્રોધથી ફાટતાં નસકોરાં – હિંસક જાનવર જેવી તગતગતી બે આંખો, ક્રોધે ભરાયેલા આખલાનું ખુન્નસ...

જિંદગીમાં પ્રથમ વાર લલિતામાસી ડરી ગયાં. સાપની લીસી ચામડી જેવો ભય, હાથીના વજનદાર પગ જેવો ભય, મગરનાં વિકરાળ જડબાં જેવો ભય – લલિતામાસીને થયું એ બેભાન બની જશે.

ખુરશીમાં એ જાણે ચોંટી ગયાં.

કમળાશંકરે ભય પારખ્યો. ખુશ થયા. પૌરુષત્વ પોરસાણું. 'ધર્માદા? હું તને ધર્માદા કરવા દઈશ?'

'એ...એટલે?'

'એટલે?' કમળાશંકરનું ધસમસતું, વેગવાન મોજાં જેવું હાસ્ય મૌનની દીવાલો જોડે અફળાયું, 'એટલે એમ કે એવી મૂર્ખામી કરવાની તને કોઈ જ તક મળવા નહીં દઉં.'

લલિતામાસીની જીભ સજ્જડ બંધ થઈ ગઈ.

'કુભારજા, મારે તારું ગરમ ગરમ લોહી પીવું છે. હું તારું ખૂન કરીશ. મરઘીની જેમ ડોક મરડી નાંખીશ.'

એક હુંકાર સાથે કમળાશંકર ઝનૂનથી પત્ની તરફ ધસી ગયો.

અને એક ભયંકર ચીસ હવામાં ચામાચીડિયાની જેમ ઘૂમતી રહી.

* * *

કમળાશંકરને પરસેવો થઈ ગયો.

પોતે જાણે સરકસમાં જીવસટોસટના ખેલ કરતો હતો. અનેક આંખો તાકી રહી હતી. એણે સાવધ રહેવાનું હતું. ઇન્સ્પેક્ટર જેવા પ્રતિસ્પર્ધી સામે એક નાની શી ગફલત ભયંકર પરિણામ લાવી શકે.

કમળાશંકરે ગરીબડું મોં કર્યું.

'ખરું કહું છું સાહેબ, મારી પત્ની પર મારો ઘણો જીવ હતો. એનો સ્વભાવ થોડો તેજ હતો, પણ એ પ્રેમાળ હતી.'

'તમે મારા પ્રશ્નનો જવાબ ન આપ્યો.'

'કયો પ્રશ્ન સાહેબ?' કમળાશંકરે ચહેરા પર ભોળપણની માત્રા વધારી દીધી. છાતીના ધબકારા કાનમાં પડઘમની જેમ વાગતા હતા.

'અત્યારે તો વીલ ન હોવાથી બધી મિલકત તમને મળે છે પણ તેમણે પોતાની બધી જ મિલકત અનાથાશ્રમને દાનમાં આપવા માટે એક કાચો ડ્રાફ્ટ તૈયાર કર્યો હતો. એને કાયદેસર પાકું બનાવી શકે તે પહેલાં તમે એનો નાશ

કર્યો, બરાબર?' ઇન્સ્પેક્ટર એક ક્ષણ પણ માઇક્રોસ્કોપીક નજર કમળાશંકરના ચહેરા પરથી હટાવ્યા વિના બોલ્યા.

કમળાશંકરે તરત દયનીય ચહેરો પહેરી લીધો. એવી એને ફાવટ હતી. એમણે તરત આશ્ચર્ય પ્રગટ કર્યું. નંદુબાબુ જોરજોરથી ધોતિયાને વળ ચડાવતા હતા. વાહ કર્નલ, ઊંટ બરાબર ફસાયું છે. સુધાબહેનની આંખોમાં સુખની એક આછી ઝલક ડોકાઈ ગઈ. સુમીફોઈ કમળાશંકરને જ ખૂની માની નિશ્ચિંતતાથી બેઠાં હતાં. ક્ષિતિજ શબ્દોની વચ્ચે વિસ્તરતી ખાલી ક્ષણોને કાનથી ઝીલતો હતો.

કમળાશંકરે મોટેથી નિશ્વાસ મૂક્યો : 'ઇન્સ્પેક્ટર, તમારી ભૂલ થાય છે. મારી પત્નીએ એવા વીલની કોઈ કાચી નોંધ કરી નહોતી. એ પોતાની મિલકતને ચાહતી હતી. એ આવી મૂર્ખામી કરે જ નહિ.'

'એવી કાચી નોંધ હતી.' ઇન્સ્પેક્ટરે આગ્રહથી કહ્યું.

કમળાશંકર બાળકની નાદાની ઉપર વડીલ હસે એવું મુરબ્બીવટભર્યું હસ્યા. 'ઇન્સ્પેક્ટર, તમને શું કહું હવે? લલિતા, અલબત્ત સામાન્ય સ્ત્રીની જેમ ઓવારી નહોતી જતી છતાં મને પ્રેમ કરતી હતી. એ એવું કરે શા માટે?'

'કદાચ એમ કરવાનું એને કોઈ કારણ હોય.'

કમળાશંકરની ધીરજનો અંત આવી ગયો હતો.

'ઇન્સ્પેક્ટર, પણ એવું કારણ શું હોઈ શકે?'

'કદાચ તમારી કોઈ છુપાયેલી વાતની એને ખબર પડી ગઈ હોય. રોષમાં જ એણે મિલકત દાનમાં આપી દેવાનું નક્કી કર્યું હોય.'

'સાહેબ, આ બધાને પૂછી જુઓ. હું તો સીધોસાદો બ્રાહ્મણ જીવ. મારે શું રહસ્ય હોય!'

'એક મિનિટ સર', ક્ષિતિજે કહ્યું, 'અગર જો વીલના કાગળનો નાશ જ થઈ ગયો છે તો તમને ક્યાંથી ખબર પડી?'

'ગૂડ ક્વેશ્ચન ક્ષિતિજ, બ્લૉટિંગપેડ પરથી.'

'સમજાયું નહીં.'

'બ્લૉટિંગપેડ પર અક્ષરોની છાપ સ્પષ્ટ છે. એટલે આવો કાગળ લખાયો તે નક્કી થયું પણ કાગળોમાં ક્યાંય એ મળ્યો નહીં તેથી તે ફાડી નંખાયો. સૌથી વધુ રસ ફાડી નાખવામાં કમળાશંકરને જ હતો.'

કમળાશંકરને પાંજરિયામાં સપડાયેલા ચૂં ચૂં કરતા ઊંદર જેવી ગભરામણ થઈ. આ ઇન્સ્પેક્ટર ભેજું છે ને કંઈ! તરત જ એ બોલ્યા :

'સુધાબહેને પણ ફાડ્યો હોય.'

'હા, એ પણ ખરું.' સામસામી રસાકસીમાં ઇન્સ્પેક્ટરને કશો જ વાંધો ન હોય એવું લાગ્યું.

સુધાબહેને હોઠ પીસી કમળાશંકર સામે જોયું. નંદુબાબુ ચિડાયા.

'ઇન્સ્પેક્ટર, તમે સુધા પર શક કરો છો, કમળાશંકરને પણ સંડોવો છો. શું બન્નેએ જોડે મળીને ખૂન કર્યું છે?'

'હું તો કશું કહેવા માગતો નથી. હું તો માત્ર કેસનાં તમામ પાસાંને પ્રકાશમાં આણી તપાસવા ઇચ્છું છું. બાય ધ વે કમળાશંકર, 5મી નવેમ્બરે તમે બપોરે બે વાગ્યાથી પાંચ વાગ્યા સુધી ક્યાં હતા?'

'એક ક્લબમાં દાખલ થવું હતું. જોલી ક્લબ. એ જોવા ગયો હતો.'

'ત્રણ કલાક ક્લબ જ જોયા કરી? અદ્ભુત ક્લબ હશે.'

'ના જી. પણ અચાનક ત્યાં કર્નલ મળી ગયા. નંદુબાબુ, તમારા પેલા મિત્ર છે ને તે. એમની કોઈ ગર્લફ્રેન્ડ રૂમા પણ સાથે હતી. ઓળખાણ થઈ ને વાતોએ ચડી ગયા.

સુમીફોઈ સળગી ગયાં. કર્નલ અને રૂમા! હું મૂર્ખી એવી છોકરી પર ભરોસો રાખી કર્નલની ઓળખાણ કરાવી બેઠી અને કર્નલ...

એ ઊઠી ગયાં.

'હું આરામ કરું. મને માથું દુખે છે.' અને ઝડપથી ઉપર ચાલી ગયાં.

ઇન્સ્પેક્ટર હસ્યા. વાતો...વાતો...વાતોનો કસબ ફળતો હતો.

'હું પાંચ વાગ્યા સુધી ક્લબમાં જ હતો. છ વાગ્યે લલિતા સાથે એક મિટિંગમાં જવાનું હતું. ટૅક્સી કરી ઘરે ગયો. બારણું ખુલ્લું જ હતું. જલદી અંદર ગયો પણ મેં જે જોયું...ઓહ ગૉડ!'

કમળાશંકર ચૂપ થઈ ગયા. થોડી વારે સ્વસ્થ થઈને બોલ્યા :

'ટેલિફોનના વાયરની ગળે મજબૂત ભીંસ દઈને લલિતાનો જાન લેવામાં આવ્યો હતો એટલે મેં તરત જ તમને ફોન કર્યો.'

'હં' જાણે નવેસરથી વાત સાંભળતા હોય એમ ઇન્સ્પેક્ટર કમળાશંકરની વાત સાંભળતા રહ્યા. પછી અચાનક બોલ્યા, 'કમળાશંકર, તમને ઝવેરાત ખરીદવાનો શોખ ખરો કે?'

કમળાશંકર ભડક્યા. 'મને? કેવી વાત કરો છો, સાહેબ? લલિતાને શોખ નહીં અને મારી પાસે એટલા પૈસા તો હોય નહીં.'

* * *

'રૂમા, ડાર્લિંગ યુ લુક વન્ડરફુલ.'

રૂમા રિસાઈ ગઈ.

'આજે પણ ખાલી હાથે આવ્યા?'

કમળાશંકરે ખિસ્સામાંથી બૉક્સ કાઢીને ખોલ્યું. લાલ મખમલી સપાટી પર હીરાની વીંટી ઝગમગી ઊઠી.

'સિમ્પલી બ્યુટીફુલ.' રૂમા કમળાશંકરને વળગી પડી.

'આજે લલિતા કોઈક બકવાસ મંડળની મિટિંગમાં ગઈ છે.' કમળાશંકરે વ્હીસ્કીનો પેગ ભર્યો.

'કમલ, એ ઘુવડનું ડાચું જોતાં કંટાળો નથી આવતો?' રૂમા કમળાશંકરની સોડમાં લપાઈ.

'અરે જબરજસ્ત બોર છે, પણ રૂમા એને શંકા પડી હશે કદાચ. હવે એક પૈસો પણ સેરવી લેવાનું મુશ્કેલ બની ગયું છે.'

'તો શું કરશું કમલ?'

'અરે હું છું એની ખબર લેવાવાળો. તું શું કામ ચિંતા કરે છે? નાઉ કમ ઓન.' પેગ ગટગટાવી કમળાશંકરે રૂમાને નજીક ખેંચી.

* * *

'સાહેબ, ઝવેરાત શું ને વાત શું?' કમળાશંકરે દીનહીન સ્વરે કહ્યું.

'કમળાશંકર, પ્રકાશ જ્વેલર્સમાં તમારા નામે સત્યાવીસ હજારનું દેવું છે.' ઇન્સ્પેક્ટરને ઉધરસ આવી. અટક્યા, સૌ એકકાન સાંભળી રહ્યાં.

'એ ઝવેરાત તમે રૂમા માટે ખરીદતા હતા પણ તમને ખબર હતી કે તમારે પૈસે તમને ઉલ્લુ બનાવી રૂમા કર્નલ સાથે રંગરાગ ખેલતી હતી?'

'ઇમ્પોસીબલ' રોષથી ચીસ પાડતો કમળાશંકર છાતી કાઢીને ઊભો થયો. સૌ નવાઈથી આ નવા કમળાશંકરને જોઈ રહ્યા.

'આ વાત મને આજે જ રૂમાએ પોતે કરી છે.'

કમળાશંકર હાથની મૂઠી વાળી બરાડ્યા, 'હલકટ, વેશ્યા. મને બનાવ્યો? હું સૌને બનાવું અને એ મને છેતરી ગઈ. કર્નલ જેવા બૂઢા ખચ્ચર જોડે મજા કરતી હતી? હું તેને પણ બતાવી દઈશ.'

'બસ આવા જ કારણે આવા જ આંધળા રોષમાં તમે તમારી પત્નીનું ખૂન કર્યું.' ઇન્સ્પેક્ટર શાંતિથી કમળાશંકરને જોતાં બોલતા હતા.

કમળાશંકરનો રોષ વરાળ થઈ ગયો. ચારેબાજુથી સપડાયો હોય એમ બીધેલી નજરે જોતો એ હતાશ થઈને બેસી ગયો.

'મને મરનાર પર ક્રોધ હતો, વેર હતું અને મારી નાખવાનો વિચાર સુધ્ધાં મેં કરેલો ઇન્સ્પેક્ટર. પણ ઈશ્વરના સોગંદ ખાઈ કહું છું, લલિતાનું ખૂન મેં નથી કર્યું...નથી કર્યું...નથી કર્યું.'

૧૪

'સુમીબહેન, તમારા પતિનું મૃત્યુ પામ્યાને કેટલાં વર્ષ થયાં?'

'મારી આ અંગત બાબતો અને લલિતામાસીનાં મૃત્યુને કોઈ સંબંધ નથી એટલે...'

'પ્લીઝ ફોઈ, ઇન્સ્પેક્ટર જેટલું જલદી એમનું કામ પતાવશે તે બધાંને માટે સારું છે. હું કહું ઇન્સ્પેક્ટર? આશરે વીસ વર્ષ, ત્યારથી અમે જોડે જ રહીએ છીએ.'

સુધાબહેન બળબળતાં ક્રોધથી ઇન્સ્પેક્ટરની સામે જોતાં હતાં. આ માણસને ક્યારેય કોઈ ભાવ નહીં થતો હોય! સખત ખરબચડો એક પથ્થર! પણ એ પત્થર ગબડે પણ ખરો અને માથું પણ છૂંદી નાંખે. સુધાબહેનને કમકમાં આવી ગયાં.

'થેંક્યુ ક્ષિતિજ. સુમીબહેન, તમારા પતિની મિલકત તમને મળી?'

'હા.'

'કેટલી?'

સુમીબહેન ચૂપ રહ્યાં. ઇન્સ્પેક્ટર હસ્યા, 'તમે નહીં કહો તોપણ હું જાણી શકું છું. નાહકનો બધાનો સમય શા માટે બગાડો છો?'

હોઠ કરડી સુમીબહેન બોલ્યાં, 'એમની વીમાની પૉલિસીનાં પચાસ હજાર, ઓફિસમાંથી વીસ હજાર મળ્યા, થોડાં શેર છે. યુનિટ સર્ટિફિકેટ છે. પંચગીનીમાં એક નાનો સરખો બંગલો છે અને થોડાંઘણાં ઘરેણાં છે.'

ઇન્સ્પેક્ટર પાસે જાણે પ્રશ્નોની તૈયાર યાદી હોય એમ તરત એમણે પૂછ્યું :

'આટલાં વર્ષમાં વ્યાજથી એ રકમ વધી હશે ખરું?'

ચૂપચાપ સોફાના ખૂણામાં અડધી બંધ આંખે બેઠેલા નંદુબાબુ ટટાર થઈ ગયા. હવે હદ થતી હતી. આ ઇન્સ્પેક્ટર પણ જળોની જેમ આખા કુટુંબને ચોંટી ગયો હતો. ચસચસ લોહી ચૂસતો હતો. ગમે તેમ એને ઉખેડવો જોઈએ.

'ઇન્સ્પેક્ટર, આ બધા નિરર્થક સવાલો તમારી પાસે રાખો. આ મરનારનું ઘર નથી. અમારા સિવાય પણ મરનારને ઘણાં ઓળખતા હતા. તેનાં મૃત્યુથી બીજા ઘણાંને પણ ફાયદો થયો છે.'

ઇન્સ્પેક્ટર નિર્લેપતાથી સાંભળતા રહ્યા. છેક કાળમીંઢ પથ્થર. સુધાબહેને મોં ફેરવી લીધું. નંદુબાબુ અકળાયા, ગમે તે કરો આ માણસ તસુભર અહીંથી

ખસતો નહોતો. શું સુધાને ખૂની માનતો હશે? કમળાશંકરના ઊંટે ગાંગરવાનું છોડી દીધું કે શું? અને હવે સુમી!

ઇન્સ્પેક્ટરે ટચાકા ફોડ્યા. ધીમું બગાસું ખાધું. ક્ષિતિજને થયું મગજ કેમ કામ કરતું નથી? ઇન્સ્પેક્ટર દાવ ખેલે છે. પણ શું? કેમ? એ કંઈ પણ, ઇન્સ્પેક્ટરની આ આડીતેડી વાતોની ગંધ પરથી ન પારખી શક્યો.

સુધાબહેન અધીરાં થયાં. આ સુમી પર ઇન્સ્પેક્ટર હલ્લો લઈ જતા હતા એ જ સારું હતું. આજ સુધી એની મિલકતની કંઈ ખબર નહોતી પડી. એ બધી વાતો બહાર આવતી હતી. હવે જલદી વીલની વાત પર ઇન્સ્પેક્ટર આવે એવી ચટપટી સુધાબહેનને થઈ. જો આ બધું અનાથાશ્રમમાં જવાનું હોય તો બહેતર છે કે એ લલિતામાસીનાં રસ્તે ચાલતી થાય.

'તમારી મિલકતનો વહીવટ કોણ કરે છે?

સુમીફોઈ ટટ્ટાર બેઠાં. ઇન્સ્પેક્ટર જે પૂછે તે કહી જ નાખવું. 'મારા પિતાના વકીલ મિત્ર હતા. તેઓ બધું સંભાળે છે.'

આ ફેરફાર ઇન્સ્પેક્ટરે નોંધ્યો હોય એમ એ ખુશ થયા. 'ધેટ્સ બેટર.'

'અને તમે પૂછો તે પહેલાં હું કહી દઉં.' ચૂંચી આંખે પોતાને તાકી રહેલા સુધાબહેન તરફ જોઈ સુમીબહેન બોલ્યાં, 'એ રકમ મેં અકબંધ રાખી છે. પૈસાની બાબતમાં હું બહુ ચોક્કસ છું.'

સુધાબહેનને ટાઢક વળી. વેડફી તો નથી.

'તમે તમારા પછી મિલકતની વ્યવસ્થા માટે કંઈ વિચાર્યું છે ખરું?'

સુમીફોઈ શાળાનાં વિદ્યાર્થિની જેમ કડેડાટ મોંપાટ બોલતાં હતાં. 'જી હા! પહેલાં હું ક્ષિતિજને આપવાની હતી. વીલ મેં બનાવ્યું હતું.'

'પહેલાં?'

'હવે વિચાર બદલ્યો છે. ક્ષિતિજને માટે થોડા પૈસા જુદા રાખી બાકી બધી મિલકત લલિતામાસીની જેમ જ ચેરિટી ટ્રસ્ટમાં આપી દઈશ.'

રોષથી ધ્રૂજતાં સુધાબહેન ઊભાં થઈ ગયાં, 'મને ખબર હતી. એક દિવસ તમે અમને બધાંને ઠંડા પાણીએ નવડાવવાનાં છો. આટલાં વર્ષ અમારી સાથે રાખ્યાં એનો આ બદલો?'

સુમીફોઈ રમૂજ થતી હોય એમ શાંતિથી ભાભીને જોઈ રહ્યાં.

'એમાં તમે મારા પર ઉપકાર નથી કર્યો. આ ઘર હું ચલાવું છું. ખરું પૂછો તો તમે બધાં મારી જોડે રહો છો એમ કહેવું જોઈએ.' ફોઈ અને મમ્મી ઇન્સ્પેક્ટરની જાળમાં સામે ચાલીને ફસાતા હતાં. વાતો...વાતો...વાતો...! ક્ષિતિજને થયું : બંનેનાં મોં દાબી જબરજસ્તીથી એમને બંધ કરી દે. દૂરથી મધપૂડા પર એક પત્થર ફેંકી ઇન્સ્પેક્ટર અદબ વાળીને ઊભા હતા. ખીજે

ભરાયેલી, આપસ આપસમાં ઝઘડતી માખીઓનો ગણગણાટ જોરશોરથી વધતો જતો હતો.

'ઇન્ટરેસ્ટિંગ.'

'ચૂપ રહો ઇન્સ્પેક્ટર! આ તો મારી અંગત વાત થઈ. સાંભળો છો ને નંદુબાબુ? કર્નલ સાથે ચેસ રમવામાં જ તમે બધું ખોયું અને બહેન બધું લૂંટાવી દેવા બેઠી છે.'

'પણ સુધા, તું જરા સમજ તો ખરી.'

પણ સુધાબહેનનું રુદન જોરશોરથી શરૂ થઈ ચૂક્યું હતું. 'તમને પરણીને શું સુખ પામી? એક બાજુ લલિતા અને બીજી બાજુ તમારી બહેન – જિંદગીભર બેઉની ઓશિયાળાં થઈને રહેવું પડ્યું. ને તોય દળીદળીને ઢાંકણીમાં.'

બળીઝળીને નજર સુમીફોઈ પર નાખી એ ઉપર ચાલી ગયાં. પાછળ જ નંદુબાબુ ગયા.

'વિચાર બદલવાનું કોઈ ખાસ કારણ?' ઇન્સ્પેક્ટરે છોડી દીધેલા પ્રશ્નનો છેડો ફરી પકડ્યો.

પરંતુ સુમીફોઈનો ઉત્સાહ ઓસરી ગયો હતો. ટૂંકું જ બોલ્યાં :

'મારી મરજી.'

'ઝઘડો...મનદુ:ખ?'

'ઇન્સ્પેક્ટર, પ્લીઝ, આ મારી અંગત વાત છે. એનો જવાબ આપવા હું બંધાયેલી નથી.'

'જેવી તમારી મરજી. પણ એમ ન બને કે લલિતામાસી આ ઘર પાછું લઈ લે, તો તમારે મિલકત નવી જગ્યા ખરીદવા વાપરી નાખવી પડે તો પછી વ્યાજ જાય. તમે શું કરો...ક્ષિતિજ શું કરે?'

'એટલે મેં લલિતામાસીનું ખૂન કર્યું? મહેરબાની કરી હવે આવી વાહિયાત વાત બંધ કરશો?'

'મમ્મી, કમળાશંકર અને હવે સુમીફોઈ! ઇન્સ્પેક્ટર, આ ત્રણેય જોડે મળીને સરઘસ કાઢીને ખૂન કરવા ગયા હતા?' ક્ષિતિજને પણ ઇન્સ્પેક્ટરની એકની એક વાતથી કંટાળો આવતો હતો.

'હું તો કશું જ કહેતો નથી.'

ક્ષિતિજ અકળાયો, 'એ જ વાંધો છે ને!'

'તો પછી શું મેં જ મારું ખૂન કરવાનો પ્રયાસ કર્યો હતો?' સુમીફોઈને હવે ઇન્સ્પેક્ટરની વાત પર દાઝ ચડતી હતી.

'ખૂન કરવાનો પ્રયાસ થયો એમ તમે પોતે કહો છો. એનું કોઈ સાક્ષી નથી.'

'ઇન્સ્પેક્ટર.' બૂમ પાડીને સુમીફોઈ ઊભાં થઈ ગયાં. 'હવે હદ થાય છે. હવે તમારા એક પણ સવાલનો જવાબ આપવાની ના પાડું છું. તમારે જે પૂછવું હોય તે કોર્ટમાં મને પૂછજો.' એ પગ પછાડતાં ગયાં.

ક્ષિતિજ માથું પકડી બેસી રહ્યો. જાણે વેગવાન ચક્ર ઘૂમતું હતું. કશુંક અલપઝલપ દેખાતું હતું ને અલોપ થઈ જતું હતું.

'તમે શું માનો છો ક્ષિતિજ?' ઇન્સ્પેક્ટર જવા ઊઠ્યા.

'હું કંઈ માનતો નથી, પણ પગલાં...પગલાં ધ્વનિ. કાન કદી છેતરતા નથી. ઇન્સ્પેક્ટર, તોયે શું દૃષ્ટિની જરૂર પડતી જ હશે!'

ઇન્સ્પેક્ટર બહાર નીકળ્યા. આ આંધળા છોકરાએ સત્ય શોધી કાઢ્યું હતું કે શું?

* * *

'રૂમા, આઈ લવ યુ લવ યુ.' કમળાશંકરે રૂમાને બાથમાં ભીંસી.

રૂમા ખિલખિલ હસી. કમળાશંકરને જીવનની આ ઘડી ધન્ય લાગી. 'તું વિચિત્ર છે કમલ, થોડી વાર પહેલા મારી સાથે ઝઘડતો હતો."

'શું કરું? ઇન્સ્પેક્ટરે કહ્યું કે, તું અને કર્નલ...'

'તને મારા કરતા એ અજાણ્યા ઇન્સ્પેક્ટર પર વિશ્વાસ છે! એ આપણને લડાવવા માગે છે.'

'હવે નહીં બોલું બસ!' પાળેલા કૂતરાની જેમ પૂંછડી હલાવી કમળાશંકર રૂમાની ઉપર ઢળ્યા. 'એક વાત પૂછું રૂમા, તને હું વહાલો લાગું કે મારા પૈસા?'

'અરે પાગલ, પૈસાની ગરમી વિના જિંદગી ઠંડી પડી જાય.'

'ખરી વાત ડિયર. જો કાયદાનું લફરું ઉકેલતા બેત્રણ મહિના થશે.'

'ઓ નો!'

'રૂમા, ઇન્સ્પેક્ટરને લલિતાના ખૂની તરીકે મારા પર શક છે અને હું જો પૈસાની ઉતાવળ કરું તો તો ખેલ ખતમ!'

રૂમા કમળાશંકરથી અલગ થઈ ગઈ. 'કમલ, સાચું કહેજે તેં લલિતાનું ખૂન કર્યું છે?'

રૂમાના ગૌર ઘાટીલા પગ કમળાશંકરે ચૂમી લીધા. 'તેં ઇન્સ્પેક્ટરને એમ કહ્યું કમલ કે ખૂનના સમયે ક્લબમાં તું મારી અને કર્નલની સાથે હતો. પણ તું અમારી સાથે તો નહોતો. તો...તું ક્યાં હતો?'

કમળાશંકરના ચહેરા પર ખુન્નસ ચડી આવ્યું. 'તને કેમ ખબર પડી? આ ઇન્સ્પેક્ટરનો બચ્ચો સાચે જ ભયંકર છે.'

'ના. ઇન્સ્પેક્ટરે નથી કહ્યું.'

'તો પેલો હરામખોર કર્નલ. તું હજુ એને છોડતી નથી.'

'મુદ્દાની વાત કર. ખૂનના સમયે તું ક્યાં હતો? કે પછી તેં જ એને ઉપર પહોંચાડી દીધી છે?' ભવાં ચડાવી રૂમા ઊભી થઈ ગઈ.

'હાય હાય, તારી આ એક અદા પર સો લલિતાનાં ખૂન ઓળઘોળ કરી જાઉં.'

* * *

'કર્નલ, તમે ખૂબ હોશિયાર છો. રૂમા અને સુમી જેવી બબ્બે સ્ત્રીને હથેળીમાં રાખી શકો છો.'

'ઇન્સ્પેક્ટર, મારે મરનાર સાથે કશો સંબંધ નહોતો. મારી અંગત બાબતમાં કોઈ માથું મારે તે મને ગમતું નથી.'

'એક પ્રશ્ન, કર્નલ.'

'જવાબ આપવા બંધાયેલો નથી.'

'કર્નલ, સોનાનું ઈંડું મૂકતી મરઘી જેવી સુમીબહેનનાં ખૂનની કોશિશ કરવાનું કારણ શું?'

'ગેટ આઉટ. આઈ સે ગેટ આઉટ.'

* * *

'ઓહ ગોડ! ઇન્સ્પેક્ટર, ફરી તમે?'

'સૉરી.'

'શા માટે રિબાવો છો ઇન્સ્પેક્ટર? આ ઘર, ઘર નથી. શાંતિ, સુખ તમામ તમે છીનવી લીધું છે. લલિતામાસી તો મર્યા પણ અમને ભૂત થઈને વળગ્યા છે. અમારી પર કાયદેસર જે પગલાં લેવા હોય તે લ્યો, પણ આ સતામણી, આ માનસિક ત્રાસ અસહ્ય છે.' નંદુબાબુની આંખમાં પાણી આવી ગયાં.

ઇન્સ્પેક્ટર હસ્યા. 'રીલેક્સ. મારે આજે તમારું કોઈનું કામ નથી.' હંમેશાની જેમ ઇન્સ્પેક્ટર ક્ષિતિજની બાજુમાં બેઠા.

'મારે તો આજે કાનુને મળવું છે.'

કોઈ કંઈ ન સમજ્યું. આ આખી વાતમાં કાનુ વચ્ચે ક્યાં આવી?

સ્વસ્થતાથી ક્ષિતિજ બોલ્યો, 'કાનુની વાત તમે મારી સાથે કરી શકો છો ઇન્સ્પેક્ટર.'

'આઈ સી. કેમ?'

'કારણ કે, હું અને કાનુ લગ્ન કરવાનાં છીએ.'

અચાનક વિનાશક બૉંબ ફાટી પડ્યો હોય એમ વાતાવરણ ગરમ થઈ ગયું. ક્ષિતિજને થયું ઇન્સ્પેક્ટરે પોતે ઘણાં વખતે આવી ચમક અનુભવી હશે.

'અચ્છા અચ્છા! એમ છે. પણ તમે જાણો છો કે કાનુ ખૂની છે?'

૧૫

કાનુ ખૂની છે...ખૂની છે...ખૂની છે...શબ્દો જાણે ખંડના શૂન્યાવકાશમાં પછડાયા.

ઇન્સ્પેક્ટરના શબ્દો બંદૂકની ગોળી જેવી સચોટતાથી વાગ્યા. વાણી તરફડી ચૂપ થઈ ગઈ.

ક્ષિતિજની આ ક્ષણ માટે પૂર્વ તૈયારી હતી. આટલાં વર્ષની નિષ્ક્રિયતાનાં પડ છેદાઈ ગયાં હતાં. એ પુરુષ હતો. એની પ્રેમિકાનું એણે રક્ષણ કરવાનું હતું. છાતીમાં ઊંડો શ્વાસ ભરી એ ટટ્ટાર થઈ ગયો. એણે મક્કમતાથી કહ્યું :

'હા ઇન્સ્પેક્ટર, હું જાણું છું કાનુ ખૂની છે.'

રસોડાની દીવાલને અઢેલીને કાનુ રડતી હતી. ઓઢણીનો છેડો મોંમાં દબાવીને એ ધ્રુસકું દબાવવા મથતી હતી. ક્ષિતિજના શબ્દોનો ટંકાર એને આંબી ગયો હતો. હૂંફ...સ્નેહ...એનું હૈયું ગર્વથી છલકાઈ ગયું. એ ગાંડી થઈ ગઈ હતી! શા માટે એણે રડવું જોઈએ? ક્ષિતિજે બૂમ પાડી :

'કાનુ! બહાર આવ.'

શબ્દોનાં લોહચુંબકથી એ બહાર ખેંચાઈ આવી. ધીમેથી નજર ઉઠાવી. વીંધતી નજરે. બરફનાં ચોસલાં જેવા થીજી ગયેલા તિરસ્કારના શબ્દો... અજાણતાં જ ઓઢણીનો છેડો આગળ ખેંચી એ ઊભી રહી.

કાનુનાં પગલાં પર કાન પાથરતો ક્ષિતિજ બોલ્યો :

'તમે જે કહેવાના છો તે મને મારી રીતે કહેવા દો. ઇન્સ્પેક્ટર, તમે એ પણ જાણતા હશો, એણે શા માટે ખૂન કર્યું છે?'

સુધાબહેન બોઇલરની જેમ ફાટી પડ્યાં. 'કારણની સાથે શું લાગેવળગે છે? એણે ખૂન કર્યું છે એટલું બસ નથી? અને એની સાથે લગ્નની વાત કરે તો જીભ ન ખેંચી કાઢું તારી? શું જાદુ કર્યું છે એણે તારી પર?'

સુધાબહેનના ઊંચા સ્વરને ક્ષિતિજે પોતાના અવાજના વજનથી કચડી નાખ્યો. 'ચૂપ મમ્મી! અત્યારે હું ઇન્સ્પેક્ટર સાથે વાત કરું છું.'

સટાક દઈને ચાબૂક વીંઝાયો હોય એમ સુધાબહેનને સોળ ઊઠી આવ્યો. ક્ષિતિજ! અરે ક્ષિતિજ પોતાને ચૂપ કરે! એક હલકી ખૂની છોકરી માટે? આવું બની જ કેમ શકે?

ઇન્સ્પેક્ટરને પ્રથમ વાર તરત શું બોલવું તે સૂઝ્યું નહીં. ક્ષિતિજે મૌન ક્ષણને પકડી લીધી.

'કાનુની મા બદચલન સ્ત્રી છે. કાનુ જેમ યુવાન થતી ગઈ તેમ માના ઘરાકોની વિલાસી નજર એના રૂપને પંપાળવા લાગી. કાનુ જેમ તેમ જાત બચાવતી રહી, પણ તોય બનવાનું તે બન્યું જ. કાનુએ આબરૂ બચાવવા એક પીધેલા માણસની બૉટલ તેના માથામાં મારી. એ બેભાન બની ગબડી પડ્યો. બે દિવસ પછી એ મરી ગયો. કાનુ પર કેસ થયો. કેસમાં પુરવાર થયું કે બાટલીના જખમથી બહુ લોહી વહી જવાને લીધે અને નીચે પડવાથી પત્થર વાગવાને કારણે – એમ બેવડી ઈજાથી એનું મોત થયું હતું.'

સૂનકારમાંથી ટપકતાં અવાજને, નાનકડા પણ સ્વરને ઝીલી લેવા ક્ષિતિજ સાવધ બન્યો, પણ હવા સ્થિર હતી. એણે વાત આગળ કરી :

'તમામ સંજોગોને લક્ષમાં લઈ, કાનુ પર રહેમ લાવી જજે એને રેસક્યુ હોમમાં રાખી, કાનુ એક વર્ષ ત્યાં રહી, પણ મા કાવાદાવા કરી છોડાવી લાવી. એના મામાએ એને અહીં કામ કરવા રાખી જેથી એ બચી શકે. દરરોજ રાત્રે મામા એને તેડવા અહીં છાનામાના આવતા. એક વાર મામા મોડા પડ્યા. મા તક જ શોધતી હતી. કાનુને એણે સપડાવી તેમ છતાં કાનુ અહીં આશરો શોધતી દોડી આવી.'

ક્ષિતિજે બોલવાનું પૂરું કરતાં જ સુધાબહેન ગરજ્યાં.

'ક્ષિતિજ, તને ભાન છે તું શું બોલે છે? આને પરણવાનો! મા વેશ્યા અને છોકરી ખૂની! હું તમને પહેલેથી જ કહેતી હતી ને સુમીફોઈ કે આને ઘરમાં ન ઘાલો. અને આજ આ દિવસ આવીને ઊભો રહ્યો.'

'મમ્મી, એ વાત બંધ કર. આ મારી જિંદગીનો પ્રશ્ન છે અને મારો નિર્ણય હું જ કરી લઈશ.'

સુધાબહેન આંખો ફાડીને જોઈ રહ્યાં. અરે, પંખીને પાંખો ફૂટી ગઈ હતી. પિંજર ખોલીને પાળેલું પક્ષી ઊડી જતું હતું અને પોતાને ખબર પણ ન પડી! નંદુબાબુની છાતી ફાટફાટ થવા લાગી. વાહ બેટમજી! કડક, અડતાં જ જાણે ભાંગીને ભૂકો થઈ જાય એવો કરકરો અવાજ, ટટ્ટાર સીનો, આત્મવિશ્વાસથી ચમકતો ચહેરો. જિંદગીમાં પોતે ક્યારેય આમ ન કરી શક્યાનો અહેસાસ તેમને પીડી રહ્યો. લલિતા જોડે નહોતું પરણવું ત્યારેય એ કાયરની જેમ ભાગી ગયા હતા પણ આવો સામનો તો ન જ કરી શક્યા. કદાચ એમ કરી શક્યા હોત તો...ચૂપ થઈ જા. વાહ સુધાને પણ એમ કહી શકાય એવો મરદ થયો ખરો. ઇન્સ્પેક્ટર હવે અસલ મિજાજમાં આવી ગયા હતા.

'કાનુ.'

'બોલો ઇન્સ્પેક્ટર' ક્ષિતિજે જવાબ વાળ્યો. અત્યાર સુધી ઇન્સ્પેક્ટરની રમતનો એ માત્ર પ્રેક્ષક હતો પણ હવે વાત જુદી હતી.

'કાનુ, મરનારને તમે ક્યારથી ઓળખતાં હતાં?'

કાનુ ચમકી ગઈ, આ વાત તો છેક જ દટાયેલી હતી! પરાણે મનને દાબીને ક્ષિતિજ સાંભળી રહ્યો. કાનુએ આટલી જ વાત ન કરી? એણે તરત કહ્યું, 'પ્લીઝ, કોઈ વાત છુપાવીશ નહીં કાનુ, આટલી વાત નિખાલસતાથી કહ્યા પછી હવે શું?'

કાનુનાં મનમાં અવઢવ ચાલતી હોય એમ થોડી વાર ચૂપ રહી એ બોલી. 'સારું. હું બધું જ કહીશ. હું લલિતામાસીને ઓળખતી હતી. એમને અહીં જોઈ હું ડરી ગઈ હતી.'

'કારણ?'

'મારો કેસ કોર્ટમાં ચાલતો હતો ત્યારે એ આવતા. રેસક્યુ હોમના ટ્રસ્ટી કે એવું કંઈક હતાં. પહેલેથી એમને મારા પર ભાવ નહોતો એ હું જાણતી હતી, જ્યારે જજસાહેબે મને કાંઈ સજા ન કરી અને રેસક્યુ હોમમાં રાખવાનું કીધું એ જરાયે એમને ગમ્યું નહોતું. એ તો સજા માટે અપીલ પણ કરવાના હતા પણ બીજા લોકો વચ્ચે પડ્યા અને બધું પતી ગયું.'

કાનુને થયું કે બોજો હળવો થઈ ગયો. એક મહા ભયંકર વાત ચુડેલની જેમ વળગી હતી. એ એકાએક છૂટી ગઈ હતી.

'એટલે મરનાર તરફ તમને ક્રોધ હતો, ખરું?'

કાનુ હસી. અરે! આ વાત સીધીસાદી હતી. આટલો સમય એ નક્કામી ડરતી હતી. 'હાજી, મને ઘણો ક્રોધ હતો. મને હેરાન કરવામાં એણે કાંઈ બાકી રાખી નહોતી. પણ તમે જો એમ કહેવા માગતાં હો કે મેં એ કારણે એનું ખૂન કર્યું છે તો તમે ભીંત ભૂલો છો. તમે જ જાણો છો, ખૂનને દહાડે ઘરમાં કોઈ નહોતું. હું એને ઘેર જઈ એને મારીને પાછી આવી ગઈ હોત તો ખબર ન પડત છતાં મેં એનું ખૂન નથી કર્યું. બોલો, હવે કાંઈ પૂછવું છે?'

ઇન્સ્પેક્ટરને થયું ધાર્યું હતું તે કરતાં છોકરી ચાલાક છે. ઘણી ચાલાક છે.

'થેંક્યુ કાનુ – ક્ષિતિજ.'

ઇન્સ્પેક્ટરે ક્ષિતિજનો હાથ પકડ્યો અને વજન મૂકી દબાવ્યો.

ક્ષિતિજ હાથ ચોળતો વિચારતો બેસી રહ્યો.

* * *

'ઓહ કર્નલ! ક્યાં સુધી? હું ગળે આવી ગઈ છું.'

'પણ રાહ જોયા સિવાય છૂટકો નથી. સુમી, નાસી પણ જઈએ તો આ ઇન્સ્પેક્ટર પૃથ્વીના પેલા છેડા પરથી આપણને શોધી કાઢે.'

'ઓહ એ પણ ખરું.'

'એક પ્રશ્ન. તેં લલિતાનું ખૂન કર્યું છે?'

'ના. મારા પર વિશ્વાસ નથી? હું એક પ્રશ્ન પૂછું? તમે રૂમાની સાથે રોમાન્સ કરો છો?'

'ના. મારા પર વિશ્વાસ નથી?'

'હાશ.'

* * *

'કાનુ, તું મારું એક કામ કરીશ?'

'બોલો.'

'ડર તો નહીં લાગે ને?'

'તમે મારી સાથે છો ને?'

'તું મારી આંખોની જ્યોતિ છે.'

'બોલો.'

'જો, સાંભળ.'

* * *

'રૂમા ડિયર.'

કમળાશંકર વ્હીસ્કીની ધૂનમાં સોફા પરના ગાઉનને પંપાળવા માંડ્યો.

દૂર બેઠેલી રૂમા અણગમાથી કમળાશંકરને જોઈ રહી, 'કેટલી વાર તમને કહ્યું કે બે પેગથી વધુ ન પીઓ.'

અસ્થિરપણે ડગુમગુ થતો કમળાશંકર ઊઠીને રૂમા પાસે આવ્યો. બે હાથમાં એને જકડી.

કાળાકાળા વાળ ભરેલા હાથ, થૂંકવાળા હોઠ, શાહુડીનાં પીછાં જેવા માથાના વાળ...રૂમાને ઊબકો આવી ગયો. એ રોજ કમળાશંકરને કહેતી : આ લલિતા હવે બહુ જીવી. ઘંટીનું પડ છે. હવે એને ઉપર મોકલી આપ. કમળાશંકરે અક્ષરે અક્ષર પાળ્યો હતો. લલિતાને સુખેથી સ્વધામ પહોંચાડી હતી, પણ ધારેલું ઝટ બનતું નહોતું, સાબુની ભીની ગોટીની જેમ એની મિલકત હાથમાં આવું આવું કરતી છટકી જતી હતી.

બસ બહુ વાર નથી. એક વાર આ બેવકૂફ કમળાશંકર પાસે માલ આવી જાય પછી આ વરવા કાળા હાથ...ભૂંડ જેવું પસીનાથી ગંધાતું શરીર... રૂમાને ખડખડાટ હસવાનું મન થઈ ગયું.

પોતે લલિતાનો માલ પડાવે – કર્નલ સુમીનો – બસ પછી એ ને કર્નલ ક્યાંય હશે. જોકે કર્નલ પણ કંઈ ઓવારી જવાય એવો જવાન નહોતો. ઠીક છે, ગાજરની પિપૂડી કરડી ખાવાની.

બારણાંની બેલ વાગી.

* * *

મિસ રૂમા પટેલ.

સરસ નકશીદાર બારણાંની ઉપર સુંદર બોર્ડ.

મિસ રૂમા પટેલ.

બે વાર નામ વાંચી કાનુએ બેલ દાબી.

રૂમા ઝબકી ગઈ. સિગારેટ બુઝાવી એ ઊભી થઈ. કમળાશંકર પર નજર પડી. એ ખાસ્સું ઊંઘતો હતો. ખૂબ ઢંઢોળ્યો પણ ભગરી ભેંસ પાણીમાં નિરાંતે પડી રહે એમ એ પડ્યો હતો.

ફરી બેલના અવાજથી રૂમા ચિડાઈ. કમળાશંકરને ઢસડી અંદરના રૂમમાં ધકેલ્યો. અરીસામાં ઉપલક જોઈ, વાળ જરા અસ્તવ્યસ્ત કરી એણે બારણું ખોલ્યું. બગાસું ખાધું, આંખ ઉઘાડમીંચ કરી.

'કોણ છો તમે?'

'અંદર આવું? મારું નામ કાનુ.'

'હં. આવો.'

રૂમાએ ઊંઘ ઉડાડવાની કોશિશ કરી.

હસીને કાનુ અંદર આવી. એક નંબરની ઢોંગી. ઊંઘ કેવી! હાઈ હીલનાં શૂઝ ને મીની ડ્રેસ પહેરીને સૂતી હતી! કાનુ સોફામાં બેઠી. જગ્યામાં આછો ગરમાવો હતો. બે ગ્લાસ અને ગ્લાસમાં ઓગળ્યા વિનાનો બરફ! પોતાની પર એ ખુશ થઈ. ઇન્સ્પેક્ટરનો એને ચેપ લાગ્યો હતો.

'જલદી બોલ.'

'મારે તમારું કામ છે.'

'મારું?'

'હં. એકબે પ્રશ્ન પૂછવા છે.'

રૂમાને સિગારેટની તલપ લાગી. આ છોકરીની હાજરીમાં ન પીએ તો એમ થતાં ઇચ્છાને ટાળી.

'પણ તારા પ્રશ્નનો જવાબ હું શું કામ આપું?'

'હું પણ તમને મદદરૂપ થઈ શકું એમ છું.'

રૂમા સજાગ બની ગઈ. ઇન્સ્પેક્ટરની કોઈ ચાલ તો નહોતી આ!

'જુઓ, મારી પર શંકા લાવવાનું કોઈ કારણ નથી. તમારા ફાયદાની વાત હું તમને પહેલાં કહી દઉં છું. પછી જ તમને યોગ્ય લાગે તો મને મારા પ્રશ્નોના જવાબ આપજો બરાબર?'

ધંધો ખોટનો નહોતો.

'હં. તું મને વળી શું કહેશે?'

'તમારી પોતાની ગમે તે યોજના હોય પણ કર્નલ સુમીબહેન સાથે

નાસી જવાના છે.'

રૂમા આંચકો ખાઈ ગઈ.

'છોકરી!'

કાનુ મીઠું હસી.

'કર્નલ જાણે છે કે કમળાશંકરના ગળામાં ફાંસીનો ગાળિયો આવવાનો છે ત્યારે તમારું કમળાશંકર સાથેનું લફરું બહાર આવી જશે એટલે એ ગાયબ થઈ જવાના છે. એટલે તમારી પાસે રહેશે તમારી નોકરી અને ફાંસીના દોરડામાં ઝૂલતી કમળાશંકરની બિહામણી લાશ.'

'નીકળ અહીંથી ધુતારી! ઇન્સ્પેક્ટરની ચાલાકીમાં હું ફસાવાની નથી.' રૂમા ચીસ પાડી કાનુ પર ધસી આવી.

કાનુ જોરથી હસી પડી. રૂમાનો હાથ હવામાં જ તોળાઈ રહ્યો. 'કર્નલ પરનો રોષ મારી પર શું કામ? આવતા મંગળવારે રાતનાં એક વાગ્યાનાં એરઈન્ડિયાનાં પ્લેનની બે ટિકિટો કર્નલનાં નામની બુક છે. સ્વિટઝરલેન્ડની હોટલનું બુકિંગ થઈ ગયું છે. સુમીબહેન એક પ્રાઇવેટ નર્સિંગ હોમમાં છે. આજે સવારે બરાબર એક કલાક પહેલાં તેમણે એબોર્શન કરાવ્યું અને કર્નલ અત્યારે એમની પાસે જ છે.'

ચિત્તો તરાપ મારવા તત્પર થાય એમ તંગ શરીરે રૂમા કાનુને આંખોથી પીતી ઊભી રહી. કાનુ ફ્લૅટ પર નજર ફેરવતી કોઈ ધીમી ગીતની લીટી ગણગણતી ઊભી રહી.

થોડી વધુ ક્ષણો ચાલી ગઈ.

રૂમાએ વ્હીસ્કીની બૉટલ ખેંચી કાઢી. 'બોલ છોકરી, તારે શું પૂછવું છે?'

* * *

'તમે જ કર્નલ?'

'અને તું કાનુ તો નહીં? યુ આર બ્યુટીફૂલ.'

'મારે તમારું કામ છે, કર્નલ.'

'બેસ કાનુ. તારે વળી પૂછવાનું હોય!'

* * *

'ઇન્સ્પેક્ટર.'

'યસ ક્ષિતિજ?'

'હું ધારું છું ત્યાં સુધી આપણે રૂમમાં એકલાં છીએ.'

'હા પણ...'

'જલદી સાંભળો.' ક્ષિતિજ ઇન્સ્પેક્ટરની નજીક આવ્યો. 'આજે રાત્રે બે

વાગ્યે, હા લગભગ બે વાગ્યાની આસપાસ તમારો ખૂની તમને મળી જશે.'

'વ્હોટ?' ઇન્સ્પેક્ટર ચોંકી ગયા.

'પ્લીઝ, કશું પૂછશો નહીં. આજે રાત્રે અહીં આ દીવાનખંડમાં જ, સોફા પાસે જ...'

'પણ ક્ષિતિજ...'

'તમે જલદી જાઓ. ઇન્સ્પેક્ટર. બધી તૈયારી કરી રાખજો. તો આપણે રાત્રે મળશું.'

અને ઇન્સ્પેક્ટર ત્યાંથી જલદી નીકળી ગયા.

* * *

રાત ઘેરી અને અંધારી હતી. ઘડિયાળમાં બે ટકોરા પડ્યા અને રાતની જામેલી શાંતિને થર્રાવી ગયા.

ખુલ્લી આંખે, પ્રતિક્ષા કરતો અધીરો ક્ષિતિજ ઊઠ્યો. પોતે શું આ ઠીક કરતો હતો? ન્યાય અંધ છે. એ ન્યાય માટે પોતેય હૈયાની આંખો બંધ કરી દેતો હતો!

એ ઝડપથી પોતાના ખંડ બહાર નીકળ્યો. આખું ઘર ઊંઘની ચાદર ઓઢીને શાંતિથી સૂતું હતું.

રસોડાનું બારણું ધીમા અવાજ સાથે ખૂલ્યું. પગલાં નજીક આવ્યાં. ક્ષિતિજે ફંફોસી હાથ પકડ્યો.

'કાનુ, ડરતી નથી ને?'

'તમે સાથે છો ને!'

બન્ને રસોડાનાં બારણાં પાસે છુપાયાં.

ઘડી પહેલાંનો ચંચળ યુવતીની જેમ દોડતો સમય, જાણે અપંગ વૃદ્ધ હોય એમ નિસહાય ઘસડાતો ધીમે ધીમે જવા લાગ્યો.

રાતની સુંવાળી છાતી પરથી શાંતિ સાપની જેમ સરકતી હતી. ક્ષિતિજ પરસેવે રેબઝેબ થઈ ગયો. કાનુ એનો હાથ સજ્જડ પકડીને ઊભી હતી.

તો શું પોતે ખોટો હતો! પગલાં... પગલાંની લિપિ એ ઉકેલી નહોતો શક્યો? જાળ નાંખી શાંતિથી એને રાહ જોવાની હતી. માછલી સામેથી આવી પડવાની હતી. કદાચ ન આવે તો!

અને એકદમ ક્ષિતિજ ટટ્ટાર થઈ ગયો.

આછાં અતિ આછાં પગલાં સંભળાયાં. કમ્પાઉન્ડમાં ઝાડની ડાળી ખખડી. પવનનો સપાટો આવ્યો હોય એમ દીવાનખંડનું બારણું જરા હલ્યું, ચાવીનો આછો રણકાર અને સ્તબ્ધતા.

નીરવતા હવા પેઠે ફેલાઈ ગઈ. ઘડિયાળના લોલકને પકડી સમય ઝૂલતો રહ્યો.

ઝબ દઈને ગાઢા અંધારાના બે ફાડિયાં કરતી પ્રકાશની તીણી રેખા ખેંચાઈ. એક આકાર સોફા પાસે આવીને ઊભો. પ્રકાશ ઓલવાઈ ગયો.

ક્ષિતિજનો હાથ છોડી કાનુ આકાર તરફ ધસી ગઈ.

એક ભયંકર ચીસ ઘવાયેલા જાનવરની જેમ ત્રાડ પાડી અંધારાની છાતી પર સવાર થઈ ગઈ.

ત્યાં પ્રકાશથી આખો ખંડ છલકાઈ ગયો.

છળી ગયેલાં સુમીફોઈ સોફામાં હાંફતાં પડ્યાં હતાં.

'રમત પૂરી થઈ, યુ આર અન્ડર ઍરેસ્ટ.'

અને ઇન્સ્પેક્ટરની પિસ્તોલ સામે ઘૂરકતા નંદુબાબુએ કાનુની ગરદન પરથી હાથ હટાવી ઊંચા કર્યા.

૧૬

'તમને દાદ આપું છું ક્ષિતિજ. ઘરની ચાર દીવાલો વચ્ચે, અહીં જ આ સોફામાં બેઠા બેઠા, બંધ આંખે તમે રહસ્યને સરળતાથી ઉકેલી નાખ્યું.' ઇન્સ્પેક્ટરના તંગ ચહેરા પર આજે પહેલી વાર હળવાશ હતી.

'પગલાં...પગલાંની ઓળખ...પગલાંની ધ્વનિ સાથેની દોસ્તી બીજું કશું નહીં.'

'એટલે?'

'ઘણા સમયથી નંદુબાબુનાં પગલાંનો અવાજ બદલાઈ ગયો હતો. નિખાલસ માનવીનાં વજનદાર ઝડપી પગલાંનું સ્વરૂપ બદલાઈ ગયું. દબાતાં, છાનાંમાનાં પગલાંમાંથી કશાક ગુનાનો ધ્વનિ મને સંભળાતો. મન આઘાતથી સ્તબ્ધ બન્યું. પપ્પા! મારા દોસ્ત! અને આમ કેમ બને! એક લહેરી ભોળા માણસનાં વ્યક્તિત્વ સાથે આ સુસંગત નહોતું એટલે મેં નવી રીત અજમાવી.'

ક્ષિતિજે ઊંડો દમ લઈ બાજુમાં બેઠેલાં રડતાં સુધાબહેનને ખભે હાથ મૂકીને આગળ કહ્યું :

'રાત્રે હું મોડે સુધી જાગતો. નંદુબાબુ લેચકીથી બારણું ખોલી દબાતે પગલે આવતા. હું સમયની નોંધ કરતો અને બીજે દિવસે એમને વાતોમાં પૂછી લેતો, પરંતુ એ ક્યારેય ખરો સમય કહેતા નહીં. ત્યારે મને ખાતરી થઈ ગઈ કે એમને કોઈ પણ છંદ હોવો જોઈએ.'

'ઇન્સ્પેક્ટર! મને પણ ઘણાં સમયથી ભાઈના ખરા સ્વભાવની ગંધ આવી ગઈ હતી. પણ આ ખૂન! હું તો એમ જ માનતી હતી કે સુધાબહેને જ લલિતામાસીનું...' ભાભી સામે જોઈ સુમીફોઈ ચૂપ થઈ ગયાં.

'એટલે કે સુમીબહેન તમે બધું જ જાણતાં હતાં?' ઇન્સ્પેક્ટરને નવાઈ લાગી.

'એમને જુગારની અને બીજી પણ ખરાબ ટેવની લત લાગી હતી. કર્નલને ત્યાં ચેસ રમવાને બહાને કલાકો અહીંથી ગાયબ થઈ જતા.'

'પણ તમે કેમ જાણ્યું?' સુધાબહેન સ્વસ્થ થતાં હતાં.

'યાદ છે ભાભી? થોડા મહિના પહેલાં તમને રાત્રે બહુ જ તાવ આવ્યો હતો! નંદુબાબુ કહી ગયા હતા કે એ કર્નલને ત્યાં છે. પણ હું ત્યાં બોલાવવા ગઈ ત્યારે કર્નલના નોકરે કહ્યું કે નંદુબાબુ ત્રણ દિવસથી ત્યાં આવ્યા જ નહોતા! બસ એ જ શંકાનું નાનું બીજ. પછી મેં ત્રણચાર વાર એમની

114

તપાસ કરી ત્યારે મને ખાતરી થઈ ગઈ. એ સમય દરમ્યાન હું કર્નલના પરિચયમાં આવી, એકબીજા માટે અમને લાગણી જન્મી.' સુમીફોઈ ધડકતા હૃદયે ઉમેરી દીધું.

'આ ઉંમરે? લાજો હવે! શરમાતા નથી?'

'બસ તમારા આ જ સ્વભાવે ભાઈને સુખની શોધમાં બહાર ફરતા કર્યા. મારું પણ એ જ કમનસીબ હતું.'

'તને બ્લેકમેલ કોણ કરતું હતું ફોઈ?'

'તું જાણતો હતો ક્ષિતિજ?'

'માત્ર અનુમાન. ઘણી વાર કોઈનો ફોન આવતો. તું ધીમેથી વાત કરી, રોંગ નંબર કહીને ફોન મૂકી તરત કંઈ પણ ખરીદીને બહાને બહાર ચાલી જતી.'

'—પણ તે બ્લેકમેઇલ જ છે એમ તમે કેમ માન્યું?' ઇન્સ્પેક્ટર ક્ષિતિજની શક્તિઓ પર ખુશ થતો હતો.

'ફોન પર વાત કરતાં ફોઈના નિરાશ સ્વરમાં એક આછો કંપ, ડર રહેતો. માણસ ઘણી વાર પોતે જે છુપાવવું હોય તે પોતે જ પ્રગટ કરતો હોય છે ઇન્સ્પેક્ટર.'

'વેરી ટ્રુ. પણ સુમીબહેન, એ કોણ હતું? તમે પારખી શક્યાં હતાં?'

'ના, અચાનક એક વાર મને ધમકીની ચિઠ્ઠી મળી. જો હું અમુક રકમ નિયમિત આપું તો કર્નલ સાથેના મારા સંબંધનું રહસ્ય અકબંધ જળવાઈ રહેશે.'

'બાપ રે! તમે ગભરાયાં નહીં? સુધાબહેને વાતમાં રસ લીધો.

'હા, હું ગભરાઈ ગઈ. મેં કર્નલની સલાહ લીધી. એમણે એ અજાણ્યા આદમીનું મોં બંધ કરવાનું કહ્યું કારણ કે કર્નલને છૂટાછેડા લેવાના હતા. એની પત્નીને જરાય ગંધ ન આવે એ જરૂરી હતું.'

'તમે જાણો છો? આ બ્લેકમેઇલની ધમકી કર્નલે પોતે આપી હતી?'

સુમીફોઈ અક્કડ થઈ ગયાં.

'ઇન્સ્પેક્ટર, તમારે ચાતુરીની કેટલી રમત રમવાની બાકી છે?'

'કદાચ પહેલી જ વાર' ઇન્સ્પેક્ટરનો સ્વર કુમળો બન્યો.

'આ રમત નથી હકીકત છે. નંદુબાબુ પાસેથી એમણે જાણેલું કે તમે મિલકતના માલિક છો. એકલા છો એટલે તમારી લાગણીઓને પંપાળી તમને ફસાવવાની યોજના કરી.'

'તમે જૂઠું બોલો છો.' સુમીબહેનના સ્વરમાં ઊંડી હતાશા હતી.

'કર્નલ અને નંદુબાબુ એક જ પંથના પ્રવાસી હતા. સૉરી, પણ તમારા બ્લેકમેઇલનાં કવર પર તો બન્નેનું મહિનાનું ગાડું ચાલતું. રૂમા, નંદુબાબુ અને

કર્નલની ત્રિપુટીનો આ ધંધો હતો. કર્નલને કોઈ પત્ની જ નહોતી. છૂટાછેડાને બહાને એ પૈસા પડાવતો રહ્યો.'

કોરા કાગળ પર રસાયણ છાંટતાં જ અદૃશ્ય અક્ષરો એકાએક ઊપસી આવે અને લિપિ સ્પષ્ટ થઈ જાય એમ નાનીમોટી વાતો સુમીફોઈને તરત સમજાવવા લાગી. શા માટે સીધાસાદા દેખાતા કર્નલ અને નંદુબાબુની મૈત્રી ટકી રહી હતી, શા માટે પોતાની કેટલી આજીજી છતાં કર્નલ લગ્ન માટે બહાનાં કાઢતા હતા!

'એક પ્રશ્ન. ઇન્સ્પેક્ટર, જો એ બન્ને મિત્રો હતા તો નંદુબાબુની માહિતી કર્નલે મને શા માટે આપી?'

'એ કર્નલની બેવડી રમત હતી. નંદુબાબુને ભ્રમમાં રાખી, તમને ભોળવી એ રૂમા સાથે પલાયન થઈ જાત.'

'પણ મને વીલની વાત ન સમજાઈ, સુમીફોઈ.' સુધાબહેને નરમ અવાજે પૂછ્યું.

'હવે સમજાય છે? એ પણ કર્નલની ચાલાકી હતી ભાભી.'

'એમાં નંદુબાબુ પણ સામેલ છે એની મને ખાતરી થઈ ગઈ હતી. અને તેથી મારી માન્યતા વધુ દૃઢ બની કે નંદુબાબુને માથે કરજનો ડુંગર હોય તો જ આ વાત ચોરીછૂપીથી સાંભળવા આવે.'

'કંઈ જ સમજાયું નહીં.'

'એક બપોરે સુમીફોઈ મારા ખંડમાં આવીને મારી તરફેણમાં વીલ કર્યું હોવાની વાત કરતા હતા ત્યાં અચાનક મારે કાને એ પરિચિત પગલાંનો અવાજ પકડ્યો. દબાતે પગલે એ આપણી વાત સાંભળતા હતા.'

'ઓહ ક્ષિતિજ, પણ ત્યાં કાનુ ઊભી હતી!' સુમીફોઈ આશ્ચર્યથી બોલ્યાં.

'એમણે સાંભળવું હતું તે સાંભળી ત્યાંથી ચાલી ગયા. કાનુ ચાની ટ્રે આપવા પછીથી આવી ફોઈ. એમને ગજબની નિરાંત થઈ હશે. તમારી મિલકત મને મળે. તમે જીવતા ન હો, બસ એમને પછી લહેર જ હતી ને!'

'ઓહ પ્રભુ!' સુમીફોઈ ધ્રૂજી ગયાં.

'ઇન્સ્પેક્ટર, વીલની વાત સાંભળી લીધા પછી સુમીબહેનની કોઈ જરૂર રહી નહોતી. મને લાગે છે બસનો અકસ્માત ખૂનનો જ પ્રયાસ હોવો જોઈએ રાઇટ?'

'તમારું અનુમાન ખૂબ સાચું છે, ક્ષિતિજ! કર્નલનો નોકર જગ્ગુ બિચારો બધું જ કબૂલ કરી બેઠો છે.'

સુમીબહેનને ગ્લાની થઈ. અરેરે પોતાના જેવી સ્ત્રી કેવી ગંદી રમતનું હથિયાર બની બેઠી! કાંદાના પડ એક પછી એક ઉખેળાતા જાય અને એની

વાસ તીવ્રતર બનતી જાય એમ અનેક ઝીણી ઝીણી વાતો...નજરો...ઉન્માદક સ્પર્શ...મનની પડેલી ઘડીઓ ઉકેલાતી હતી. વાસથી માથું ફાટી જતું હતું. એ બે હાથે લમણાં દબાવતાં ચૂપચાપ બેસી રહ્યાં.

'પણ તો પછી બીજું વીલ? અનાથાશ્રમને તમે મિલકત આપી હતી તે?'

'કર્નલની જ શીખવણી હતી ભાભી. ક્ષિતિજને બધી મિલકત આપી દઈશ તો તમે મને ક્યાંયની નહીં રહેવા દો. એ ભૂત કર્નલે જ ભરાવી એનાં જ મળતિયા ડિટેક્ટિવ પાસે મને મોકલી. તમને બધાંને ભરમાવવા નકલી ડ્રાફ્ટ બનાવડાવ્યો હતો.'

'પણ એ વાત કર્નલનો એકલાનો જ દાવ હતો. નંદુબાબુ રૂમાને કર્નલે અંધારામાં જ રાખ્યા હતા. જેથી સુમીબહેનના મોંએથી આ વાત સાંભળતાં નંદુબાબુ સાચી માની લે અને પોતાનું કરજ પોતાની રીતે ફોડવાનું કરે.'

* * *

નંદુબાબુ ચારે બાજુથી ઘેરાયા હતા. ભયંકર કડકીની હાલત હતી. ગળે આવી જઈ બેફામ રમતા. નવી નવી છોકરીઓને ત્યાં ઘૂસી જતા પણ કળણમાં ખૂંપતા જતા.

આ સુમીય હમણાં કંજૂસાઈ કરે છે. એને વહેમ પડ્યો હશે? અશક્ય. પોતે ખરો ભોળો હોય એમ જ વર્તે છે. કર્નલ બચ્ચાંને પણ કહી દીધું છે જો જરાય ગંધ આવવા દીધી છે તો તારું લફરું બંધ કરાવી દઈશ.

ટાલિયું માથું ધુણાવી એ હસ્યા. સાલ્લી બૈરાંની જાત. બૂઢી થઈ હવે પુરુષની સોડ શોધવા નીકળી પણ મારે શું!

આ એક પૈસા!

કહે છે હૈદરાબાદથી એક નવું બુલબુલ આવ્યું છે. રોકડા પૈસા વિના નહીં ચાલે. સુધાડીએ ચાંદીના ગ્લાસ માટે ધાંધલ મચાવી મૂકી તે ડરીને કાનુની થેલીમાં છુપાવી દીધા. ત્યાંથી પાછા બહાર, ત્યાંથી કબાટમાં. મારી હાળી આય એક મિસ્ટરી છે એમ કોણે કર્યું હશે?

નંદુબાબુ ઊઠ્યા. સુમીનો કબાટ ખુલ્લો જ હતો. ફંફોસ્યું. અરે! આ શું! નવા વીલનો ડ્રાફ્ટ! બધી મિલકત અનાથાશ્રમને દાનમાં? સુમીનું ફરી ગયું છે?

મગજમાં લાહ્ય લાહ્ય થઈ ગયું.

ઝટપટ ઘરબહાર નીકળી પડ્યા. અચાનક વાંસના અંકુર જેમ વિચાર ફૂટ્યો. લાવ પેલી બૂઢીને જરા ઠમઠોરી જોઉં. એ શું આપશે? એને તો પૈસો જળો જેમ ચોંટી ગયો છે. તોય તરણાંને પકડીને તરવું પડે એવી આજે હાલત હતી.

સવાત્રણે લલિતામાસીને ત્યાં પહોંચ્યા. માસીએ જ બારણું ખોલ્યું, ઘરમાં

કમળાશંકર દેખાયો નહીં. નિરાંત.

પછી તો બંગલાની વાત... પૈસાનો ઝઘડો... પાઈ પાઈને એકના એક દીકરા જેટલું વહાલ કરતી ઉધાર આપે?

નંદુબાબુના મગજ પર દબાણ વધી ગયું...પૈસા...પૈસા...પૈસા...આપો... આપો કોઈ પણ આપો. ક્યાંયથી આપો પણ આપો જ અને તું? ઢગલો પૈસા પર બેસી બધે દાન કરતી ફરે. તારે નહીં છૈયું-છોકરું અને અમે તારા જ માણસો ટળવળીએ?

મગજ પર કાળ ચડી બેઠો. નસો ફાટુંફાટું થઈ રહી. ઝપ દઈને રિસીવર ઊંચકી ગળે જ વીંટાળી દીધું. સખત...હજી સખત...લેતી જા હવે લઈ જા પૈસા. ઉપર કુબેરના ભંડારમાં ઠાલવી દેજે.

ખટાક અવાજ સાથે કમ્પાઉન્ડમાં દરવાજાનો અવાજ આવ્યો.

નંદુબાબુને આંચકો લાગ્યો.

ખૂન! અરે પોતે ખૂન કર્યું હતું અને પોતે હજી લાશ પાસે જ ઊભા હતા! હાથ રિસીવરનાં દોરડા પર...ઓ ગૉડ! રૂમાલથી ઝડપથી બધું લૂછી નાખ્યું. છલાંગ મારી પડદા પાછળ છુપાયા.

કમળાશંકર કે નોકર કે સામાજિક કાર્યકર કોઈ આવે તે પહેલાં નાસી જવું... અરે સુધા! અત્યારે? અહીં?'

* * *

સુધાબહેન બારણામાં જ ઊભાં રહ્યાં.

બારણું ખુલ્લું! નવાઈની વાત. આ ટેબલ પર જ બેઠાં છે લલિતામાસી.

'આજે જવાબ લીધા વિના નહીં જાઉં. તમે બંગલાનું શું કરવા ધાર્યું છે?'

શાંતિ! વાઘણની જેમ ત્રાડ પાડવાને બદલે કંઈ ન બોલી આ તો! નજીક આવી ઢંઢોળ્યા અને લલિતામાસીની ફાટેલી આંખો ધગધગતા સોયાની જેમ ચંપાઈ ગઈ.

સુધાબહેનને પરસેવો છૂટી ગયો. પહેલો જ વિચાર શું કરવું? પોલીસ... ગળામાં વીંટળાયેલું દોરડું કાઢવાનો પ્રયત્ન કર્યો, રિસીવર પકડ્યું.

નંદુબાબુ વિચારને પામી ગયા. ના સુધા. પ્લીઝ પોલીસ તો નહીં જ. એ જ વિચારે સુધાબહેનનો હાથ પણ થંભી ગયો. તાજી, હજી થોડી ગરમ લાશ આગળ ઊભા રહી, પોલીસને પોતે બોલાવતા હતા. નરી મૂર્ખામી. પોતે જ શકદાર નંબર વન બની બેસે!

અને રિસીવર લાશનાં ગળામાં ઝૂલતું રાખી સુધાબહેન પાછળ નજર કર્યા વિના ત્યાંથી ચાલ્યાં ગયાં.

* * *

અવાજનો આકાર

હાશ. નંદુબાબુના થડકારા ઓછા થઈ ગયા. મેદાન મોકળું થઈ ગયું. ત્યાંથી ભાગી સીધા કર્નલને ઘેર આવી ચૂપચાપ એક ઊંઘ ખેંચી કાઢી. સાંજે ઘરે આવી ભોળપણનો ચહેરો પહેરી લીધો, ત્યારે ખૂનના સમાચારે ઘર ભડકી ઊઠ્યું હતું.

* * *

'કાનુ, તેં પણ અમને સારી મદદ કરી.' ઇન્સ્પેક્ટરે ખુશમિજાજ સ્વરથી કહ્યું.

'પણ મને એ સમજાતું નથી કે આજે રાત્રે એ બધું બનશે, મારું ખૂન કરવાનો પ્રયાસ થશે એ બધું તમે શી રીતે માન્યું ઇન્સ્પેક્ટર?' સુમીબહેને નવાઈથી કહ્યું.

'એક વારનાં તમારા ખૂનના પ્રયાસથી હું સજાગ હતો. કાનુ અને ક્ષિતિજ તમારી ચોકી કરતાં હતાં. એની તમને ક્યાંથી ખબર હોય! અમને નંદુબાબુ પર શંકા હતી. ખાતરી નહોતી તેથી જાણીજોઈને તમને મિલકત વિષે, વીલ વિષે બધા પ્રશ્નો પૂછ્યા. તમે બીજા વીલની વાત કરી તેથી એ ચમક્યા. તમે એ ફાઇનલ કરો તે પહેલાં જ તમને ખતમ કરે તો ક્ષિતિજવાળું જ વીલ કાયમ રહેને!'

'ઓહ એટલે જ ક્ષિતિજે મને પરાણે દીવાનખંડના સોફા પર સૂવાનું કહ્યું. પણ જો તમે જરા મોડા પડ્યા હોત.' એ પ્રસંગની યાદ માત્રથી એ ધ્રૂજી ગયાં.

'ના ફોઈ, ક્ષિતિજ એમના ખંડમાં, ઇન્સ્પેક્ટર પોર્ચમાં અને હું રસોડામાં. અમે ત્રણેય જાગતાં જ હતાં હોં કે!' કાનુએ તરત કહ્યું, 'પણ જ્યારે મારે ગળે નંદુબાબુએ હાથ ભીંસ્યા ત્યારે મેં છેલ્લા રામ રામ કરી લીધા હતા.'

'બેટા, તેં મારે માટે જીવ જોખમમાં નાખ્યો.' સુમીફોઈને કાનુ આજે જુદી જ લાગી.

'મેં જ્યારે રૂમાને કહ્યું કે સુમીબહેન અને કર્નલ બન્ને ઊપડી જવાનાં છે ત્યારે એનું મોં જોયું હોય!' કાનુ ખડખડાટ હસી પડી. 'જોકે મેં સુમીબહેનને હૉસ્પિટલ ભેગાં કર્યાં હતાં.'

'હું હૉસ્પિટલમાં? એ શું વળી?'

'ના બાબા, ના, તમને તો ન જ કહેવાય. તમને ખબર પડે તો બીજું ખૂન થઈ જાય.'

'પણ તું રૂમા પાસે ક્યારે ગઈ? તમે બધાં આ શી વાત કરો છો?' સુધાબહેનથી ન રહેવાયું.

'ઇન્સ્પેક્ટર, ક્ષિતિજ અને મેં એક યોજના ઘડી. નંદુબાબુ વિષે માહિતી

એકઠી કરી હતી, પણ છેલ્લી ચકાસણી કરવાં હું રૂમાને મળી. એની સાથે સોદો કર્યો. અગર એ જો મને નંદુબાબુ વિષેની ખરી હકીકતો કહે તો મારે પણ તેને સમાચાર આપવાના.'

'અને તેં શું કહ્યું?'

'માફ કરજો સુમીફોઈ, તમારી અને કર્નલની જૂઠી ચટાકેદાર વાતો કરી. બધાને રમાડતી અને પોતાને જ કોઈ રમાડી ગયું એ વિચાર તેને માટે અસહ્ય હતો અને એ રજેરજ કહી બેઠી.'

'એટલે કે કાનુ મારી સી.આઈ.ડી. બની.' ઇન્સ્પેક્ટર હસ્યા.

સુધાબહેન નવા જાગેલા માનની લાગણીથી કાનુને જોઈ રહ્યાં.

'ચારે બાજુ છૂટા છૂટા ટુકડા વેરાયેલા હતા. યાદ છે તેં મારા જન્મદિવસે ફોઈ મને મિકેનોની ગેઇમ આપેલી? એને ગોઠવતા આવડે તો આકાર સર્જી શકાય.' ક્ષિતિજ જાણે પોતાની સાથે જ વાત કરતો હતો.

'હેટ્સ ઓફ ટુ યુ ક્ષિતિજ. અહીં આ સોફામાં બેઠાં બેઠાં જ પ્રકાશવિહીન દુનિયામાં રહેતા પણ માત્ર તીવ્ર વિચારશક્તિ વડે જ તમે જે રીતે ખૂનનો ભેદ ઉકેલવામાં મદદ કરી છે એ હું ક્યારેય નહીં ભૂલું, યંગ શેરલોક હોમ્સ.'

'ખરું પૂછો તો ખૂબ સરળ છે. હ્યુમન સાઇકૉલૉજી, બીજું કશું નહીં. અમુક વ્યક્તિ અમુક સંજોગોમાં ફસાય તો કઈ રીતે તે વર્તે? એની ત્રિરાશી માંડતાં આવડી જાય તો કોઈ પણ દાખલાનો જવાબ ખોટો ન જ પડે.'

સુધાબહેને ક્ષિતિજને ખભે હાથ મૂક્યો. કશું બોલી ન શક્યાં. લાગણી બતાવવી તેમને ફાવતી ન હતી. પોતાને તાકી રહેલી કાનુ સામે જરા હસી એ ઊઠી ગયાં. એ પગલાનો ધ્વનિ આજે ક્ષિતિજને જુદો લાગ્યો. હળવો, થોડા ઉલ્લાસનાં રણકારવાળો.

ઇન્સ્પેક્ટરે હાથ મિલાવ્યા.

'તમારાં લગ્નમાં તો બોલાવશો ને!'

કાનુ ઝાંઝરનો ઠમકો કરી અંદર ચાલી ગઈ.

●●